ANG BUNDT KOLEKSYON RESIPE AKLAT

Paggawa ng 100 Bundt Masterpieces para sa Bawat Palate

Luisa Rojas

Copyright Material ©2024

Lahat ng Karapatan ay Nakalaan

Walang bahagi ng aklat na ito ang maaaring gamitin o ipadala sa anumang anyo o sa anumang paraan nang walang wastong nakasulat na pahintulot ng publisher at may-ari ng copyright, maliban sa mga maikling sipi na ginamit sa isang pagsusuri. Ang aklat na ito ay hindi dapat ituring na kapalit ng medikal, legal, o iba pang propesyonal na payo.

TALAAN NG MGA NILALAMAN

TALAAN NG MGA NILALAMAN 3
PANIMULA.. 6
PRUTAS BUNDT KEIKS 8
   1. Seresa Bundt Keik 9
   2. Pampalasa Persimmon Bundt Keik 11
   3. Kulay rosas Limonade Bundt Keik 13
   4. Pampalasa Putulan-Sirwelas Keik 15
   5. LimonCocokulay ng nuwes Libra Keik 18
   6. Dugo Orange Mimosa Bundt Keik 21
   7. Asulbaya Bavarois Bundt Keik 24
   8. Raisin Gugelhupf 27
   9. 7-Up Bundt Keik 29
   10. Kalabasa at Cranbaya Bundt Keik 31
   11. Nagyelo Mansanas-Pambalasa Bundt Keik 33
   12. Melokoton Melba Bundt Keik 36
   13. Mango Pagsinta Prutas Bundt Keik 39
   14. Pear at Ginger Bundt Keik 41
   15. Strawbaya Rhubarb Bundt Keik 43
   16. Fig at Matamis Bundt Keik 45
   17. Tropikal Banana Cocokulay ng nuwes Bundt Keik 48
   18. Strawbaya Pag-inog kremaKeso Bundt Keik 50
   19. Fig at Walkulay ng nuwes Bundt Keik 52
   20. Tropikal Banana Bundt Keik 54
BOTANIKAL BUNDT KEIKS 56
   21. Paruparo gisantesMarmol Bundt 57
   22. Limon Chamomile Matamis Bundt Keik 60
   23. Limon at Poppyseed Bundt Keik 63
   24. Vanilla Mabulaklak Bundt Keik na may Hibiscus Makinang ...66
   25. Puti Tsokolate Raspbaya Bundt Keik 69
   26. Hibiscus-Limon Mini Bundt Keik 72
   27. Lavender Matamis Libra Keik 75
   28. Cocokulay ng nuwes Bundt Keik na may Hibiscus Makinang ...77
   29. Magnolia Caramel Bundt Keik 80
   30. Seresa Namumulaklak Bundt Keik 83
   31. Limon Ginger Bundt Keik 87
   32. Rose Pistachio Bundt Keik 90
   33. Earl Grey Tsaa Bundt Keik 93
   34. Orange Namumulaklak Pili Bundt Keik 95

- 35. Sage at Citrus Bundt Keik 97
- 36. Cardamom Pear Bundt Keik 99
- 37. Thyme at Matamis Melokoton Bundt Keik 101
- 38. Jasmine Berde Tsaa Bundt Keik 103

KULAY NG NUWESTY BUNDT KEIKS 105
- 39. Praline Bundt Keik 106
- 40. Peakulay ng nuwes Butter At Jelly Pag-inog Bundt Keik 109
- 41. Maple Walkulay ng nuwes Streusel Bundt Keik 111
- 42. Kulay ng nuwesty Banoffee Bundt Keik 113
- 43. Makinangd Pili Bundt Keik 115
- 44. Pistachio Bundt Keik 118
- 45. Pecan Pie Bundt Keik 121
- 46. Hazelkulay ng nuwes Tsokolate Pag-inog Bundt Keik 124
- 47. Cashew Cocokulay ng nuwes Bundt Keik 126
- 48. Walkulay ng nuwes Matamis Pambalasa Bundt Keik 128
- 49. Macadamia Mango Bundt Keik 131
- 50. Chestkulay ng nuwes Tsokolate Chip Bundt Keik 133
- 51. Pili Apricot Bundt Keik 135

COFFEE BUNDT KEIKS 137
- 52. Cappuccino Bundt Keik 138
- 53. Mocha Bundt Keik na may Kape Drizzle 141
- 54. Sour KremaCoffee Keik 144
- 55. Espresso Bundt Keik na may Ganache 147
- 56. Mocha Marmol Bundt Keik 150
- 57. Irish Coffee Bundt Keik 153
- 58. Vanilla Gatas Bundt Keik 155
- 59. Tsokolate Espresso Patani Bundt Keik 157
- 60. Cinnamon Coffee Streusel Bundt Keik 159
- 61. Hazelkulay ng nuwes Coffee Bundt Keik 161
- 62. Tiramisu Bundt Keik 164
- 63. Coffee Walkulay ng nuwes Bundt Keik 167

TSOKOLATE BUNDT KEIKS 170
- 64. Tsokolate Bundt Keik 171
- 65. Hershey's Cocoa Bundt Keik 173
- 66. Tsokolate Gingerbread Bundt Keik 175
- 67. Kulay ng nuwesella Bundt Keik 178
- 68. Tsokolate Chip Bundt Keik 181
- 69. Oreo Bundt Keik na May Vanilla Icing 184
- 70. Triple Tsokolate Fudge Bundt Keik 188
- 71. Tsokolate Raspbaya Pag-inog Bundt Keik 191
- 72. Madilim Tsokolate Orange Bundt Keik 194

KESO BUNDT KEIKS 197
- 73. Pulang pelus Bundt Keik 198

- 74. Kalabasa KremaKeso Bundt Keik 201
- 75. Limon KremaKeso Bundt Keik 204
- 76. Tsokolate KremaKeso Bundt Keik 207
- 77. Kesokeik-Pag-inoged Karota Bundt Keik 210
- 78. Key Lime Strawbaya Kesokeik Bundt Keik 213
- 79. Asulbaya Limon Mascarpone Bundt Keik 217
- 80. Ricotta Orange Pili Bundt Keik 220
- 81. Maple Pecan KremaKeso Bundt Keik 222
- 82. Raspbaya Puti Tsokolate Keso Bundt Keik 225

BOOZY BUNDT KEIKS 228

- 83. Limoncello Bundt Keik 229
- 84. Baileys Libra Keik 232
- 85. Irish Coffee Keik na may Whisky Sarsa 235
- 86. Amaretto Bundt Keik 238
- 87. Rum Raisin Bundt Keik 241
- 88. Bourbon Tsokolate Bundt Keik 244
- 89. Grat Marnier Orange Bundt Keik 246
- 90. Kahlua Tsokolate Bundt Keik 248
- 91. Pampalasa Rum at Pinemansanas Bundt Keik 250
- 92. Seresa Pili Bundt Keik na binasa ng braty 253
- 93. Prosecco Raspbaya Bundt Keik 256
- 94. Tequila Lime Bundt Keik 259

MAKULAY AT MACREATIVE 262

- 95. Sarsa Pag-inog Bundt Keik 263
- 96. Tie-Dye Bundt Keik 266
- 97. Neapolitan Bundt Keik 269
- 98. Orange Creamsicle Bundt Keik 272
- 99. Confetti Funfetti Bundt Keik 274
- 100. Caty Explosion Bundt Keik 276

KONGKLUSYON 279

PANIMULA

Maligayang pagdating sa "Ang Bundt Koleksyon Resipe Aklat para sa Bawat Palate." Ang mga bundt keik ay higit pa sa mga dessert; ang mga ito ay mga gawa ng sining, bawat isa ay may sariling kakaibang lasa, texture, at hitsura. Mula sa mga klasikong resipe na ipinasa sa mga henerasyon hanggang sa mga makabagong likha na nagtutulak sa mga hangganan ng tradisyonal na baking, ang mga bundt keik ay nag-aalok ng isang bagay para sa bawat panlasa at okasyon.

Ang iconic na hugis ng bundt keik, na may gitnang butas at patekorasyon na mga tagaytay, ay ginagawa itong agad na nakikilala at walang katapusang versatile. Nagluluto ka man para sa isang espesyal na selebrasyon o nagpapakasawa lang sa isang matamis na pagkain, ang bundt keik ay isang walang hanggang klasiko na hindi nabibigong humanga. Gamit ang resipe aklat na ito, matutuklasan mo ang isang treasure trove ng bundt keik resipes na magpapalaki sa iyong baking game at magpapasaya sa iyong taste buds.

Mula sa rich tsokolate at velvety pulang pelus hanggang sa zesty limon at mabangong vanilla, ang mga posibilidad ng lasa ay walang katapusang pagdating sa bundt keiks. Mas gusto mo man ang mga simple, walang gulo na resipe o masalimuot na mga likha na nakakasilaw sa pakiramdam, marami kang makikitang inspirasyon sa mga page na ito. Ang bawat resipe ay masusing nasubok at ginawang perpekto para matiyak na walang kabuluhan ang mga resulta, kaya kahit na ang mga baguhan na panadero ay makakamit ng mga propesyonal na kalidad na bundt keik nang madali.

Ngunit ang resipe aklat na ito ay higit pa sa isang koleksyon ng mga resipe; ito ay isang pagdiriwang ng kagalakan ng pagluluto sa hurno at ang kasiningan ng paglikha ng magagatang dessert. Nagluluto ka man para sa iyong sarili, sa iyong pamilya, o sa isang pulutong ng mga sabik na bisita, mayroong isang bagay na lubos na kasiya-siya tungkol sa panonood ng isang bundt keik na lumabas mula sa oven, ginintuang at mabango, na hatang tangkilikin ng lahat.

Kaya, kung ikaw ay isang batikang panadero na naghahanap upang palawakin ang iyong repertoire o isang baguhan na sabik na matutunan ang mga lubid, ang " Ang Bundt Koleksyon Resipe Aklatpara " ay may para sa iyo. Maghata upang simulan ang isang masarap na paglalakbay sa mundo ng mga bundt keik, kung saan ang bawat resipe ay isang obra maestra na naghihintay na gawin at matikman.

PRUTAS BUNDT KEIKS

1.Seresa Bundt Keik

MGA INGREDIENTS:
- 1 pack Tsokolate keik mix
- 21 ounces lata ng seresa pie filling
- ¼ tasa ng Langis
- 3 Itlog
- Seresa Frosting

MGA TAGUBILIN:
a) Haluin at ibuhos sa greased Bundt pan.
b) Maghurno sa 350 degrees sa loob ng 45 mikulay ng nuweso.
c) Hayaang lumamig sa kawali ng 30 mikulay ng nuweso pagkatapos ay alisin.

2.Pampalasa Persimmon Bundt Keik

MGA INGREDIENTS:
- 2 malambot, hinog na persimmons
- ¼ tasa ng maple syrup
- 2 tasang asukal
- 1 lata ng gata ng niyog
- ½ tasa ng langis ng gulay
- 1 ½ tasang all-purpose na harina
- 1 ½ tasa ng spelling na harina
- 1 kutsarita ng kanela
- 1 kutsarita ng luya
- 1 kutsarita ng kulay ng nuwesmeg
- ¼ kutsarita ng giniling na sibuyas

MGA TAGUBILIN:
a) Painitin ang oven sa 350 degrees. Langis ang isang keik lata o isang bundt pan at itabi.
b) Kunin ang laman ng persimmons at ilagay sa isang malaking mangkok. Idagdag ang maple syrup, asukal, gata ng niyog, at langis ng gulay. Haluin ang mga sangkap hanggang sa pagsamahin.
c) Sa isa pang malaking mangkok, pagsamahin ang lahat ng mga tuyong sangkap at haluin hanggang sa maisama.
d) Dahan-dahang ibuhos ang basa sa tuyong mangkok. Haluin gamit ang rubber spatula hanggang sa pagsamahin lang, siguraduhing hindi mag-overmix!
e) Ibuhos ang timpla sa inihatang keik pan at ilagay sa oven para maghurno.
f) mikulay ng nuweso. Ang keik ay tapos na sa pagluluto kapag ang isang toothpick na ipinasok sa gitna ay lumabas na malinis.

3.Kulay rosas Limonade Bundt Keik

MGA INGREDIENTS:
- 1 pack Yellow keik mix
- 1 maliit na pakete ng limon jello
- 4 na Itlog
- ¾ tasa ng apricot nectar
- ¾ tasa ng langis
- 1 maliit na lata ng frozen kulay rosas limonade, lasaw

MGA TAGUBILIN:
a) Paghaluin ang unang 5 sangkap at talunin ng 4 na mikulay ng nuweso.
b) Ibuhos sa isang greased at floured Bundt pan.
c) Maghurno ng 40-45 mikulay ng nuweso sa isang 350-degree na oven.
d) Alisin mula sa kawali at baligtarin sa isang keik plate.
e) Ibuhos ang kulay rosas na limonada sa keik habang mainit.

4.Pampalasa Putulan-Sirwelas Keik

MGA INGREDIENTS:
- 2 tasa Pitted at quartered Italian Putulan-sirwelass, niluto hanggang Malambot at lumamig
- 1 tasa Unsalted butter, pinalambot
- 1¾ tasa Granulated na asukal
- 4 Mga itlog
- 3 tasa Sifted flour
- ¼ tasa Walang asin na mantikilya
- ½ libra May pulbos na asukal
- 1½ kutsara Unsweetened cocoa
- Kakarampot na asin
- 1 kutsarita kanela
- ½ kutsarita Mga giniling na clove
- ½ kutsarita Ground kulay ng nuwesmeg
- 2 kutsarita Baking soda
- ½ tasa Gatas
- 1 tasa Mga nogales, makinis na tinadtad
- 2 Sa 3 tablespoons malakas, mainit
- kape
- ¾ kutsarita Vanilla

MGA TAGUBILIN:

a) Painitin ang oven sa 350°F. Mantikilya at harina sa isang 10-pulgadang Bundt pan.

b) Sa isang malaking palanggana ng paghahalo, pagsamahin ang mantikilya at asukal hanggang sa magaan at malambot.

c) Talunin ang mga itlog isa-isa.

d) Pagsamahin ang harina, pampalasa, at baking soda sa isang sifter. Sa ikatlo, idagdag ang pinaghalong harina sa pinaghalong mantikilya, na kahalili ng gatas. Talunin lamang upang pagsamahin ang mga sangkap.

e) Idagdag ang nilutong putulan-sirwelass at walkulay ng nuwess at pukawin upang pagsamahin. Lumiko sa inihatang kawali at maghurno ng 1 oras sa 350°F oven, o hanggang sa magsimulang lumiit ang keik mula sa mga gilid ng kawali.

f) Upang gawin ang frosting, pagsamahin ang mantikilya at asukal ng mga confectioner. Dahan-dahang idagdag ang asukal at cocoa powder, patuloy na pagpapakilos hanggang sa ganap na pinagsama. Timplahan ng asin.

g) Gumalaw sa isang maliit na halaga ng kape sa isang pagkakataon.

h) Talunin hanggang malambot at malambot, pagkatapos ay magdagdag ng vanilla at palamutihan ang keik.

5. LimonCocokulay ng nuwes Libra Keik

MGA INGREDIENTS:
- Langis ng gulay, para sa pagpapadulas
- 3 tasang all-purpose flour, at higit pa para sa flouring
- 1 libra (4 sticks) salted butter, sa temperatura ng kuwarto
- 8 ounces ng kremakeso, sa temperatura ng kuwarto
- 3 tasang granulated sugar
- 6 na itlog
- 4 na onsa ng instant limon pudding mix
- ¼ tasa ng matamis na gikulay ng nuwesay-gutay na niyog
- 3 kutsarang limon juice
- Zest mula sa 2 malalaking limon
- 2½ kutsarita ng katas ng niyog
- 2 kutsarita ng vanilla extract

PARA SA MAKINANG:
- 1½ tasang powdered sugar
- 3 hanggang 4 na kutsarang limon juice
- 1 kutsarita katas ng niyog

MGA TAGUBILIN:

a) Painitin muna ang oven sa 325 degrees F. Grasa at harina ang isang Bundt pan.

b) Sa isang stat mixer o malaking mixing bowl na may hatheld mixer, i-kremaang butter at kremakeso nang magkasama sa katamtamang bilis nang mga 2 hanggang 3 mikulay ng nuweso. Idagdag ang asukal at simulan ang pagdaragdag sa mga itlog. Haluin sa katamtamang bilis hanggang sa mahusay na pinagsama.

c) Dahan-dahang idagdag ang harina, paunti-unti lang. Pagkatapos ay idagdag ang pudding mix, gikulay ng nuwesay-gutay na niyog, limon juice at zest, cocokulay ng nuwes extract, at vanilla. Haluin ang batter sa katamtamang bilis hanggang maging creamy.

d) Ibuhos ang keik batter sa inihatang kawali. Maghurno ng 1 oras at 25 mikulay ng nuweso, o hanggang sa maluto. Alisin ang keik mula sa oven, at hayaang lumamig bago ito alisin sa kawali.

e) Habang lumalamig ang keik, ihata ang Makinang. Sa isang medium na mangkok, pagsamahin ang powdered sugar, limon juice, at cocokulay ng nuwes extract, at ihalo sa isang whisk hanggang sa bukol-free. Ibuhos ang Makinang sa buong keik, pagkatapos ay hayaang umupo ng 5 mikulay ng nuweso bago ihain.

6.Dugo Orange Mimosa Bundt Keik

MGA INGREDIENTS:
- 1 ½ tasa (3 sticks) unsalted butter, temperatura ng kuwarto
- 2 ¾ tasa ng butil na asukal
- 5 malalaking itlog, temperatura ng silid
- 3 tasang sifted keik flour
- ½ kutsarita ng asin
- 1 tasang kulay rosas Moscato o Champagne
- 3 kutsarang orange zest
- 1 kutsarang purong vanilla extract

SIMPLE SYRUP:
- ½ tasang kulay rosas Moscato o Champagne
- ½ tasa ng butil na asukal
- ¼ tasa sariwang dugo-orange juice

ORANGE MAKINANG:
- 1 ½ tasa ng asukal ng confectioner
- 3 kutsarang sariwang dugo-orange juice

MGA TAGUBILIN:

a) Painitin muna ang oven sa 315 degrees F. I-spray ang isang 10-cup Bundt pan na may nonstick baking spray.

b) Sa mangkok ng isang stat mixer, pagsamahin ang asukal sa orange zest. Kuskusin ang zest sa asukal hanggang sa mabango.

c) Idagdag ang mantikilya at asin sa mangkok at kremakasama ng asukal. Talunin sa medium-high sa loob ng 7 mikulay ng nuweso hanggang ang mantikilya ay maputlang dilaw at malambot.

d) Idagdag ang mga itlog nang paisa-isa, pagsamahin nang mabuti pagkatapos ng bawat karagdagan at i-scrape ang mga gilid ng mangkok kung kinakailangan.

e) Bawasan ang bilis sa mababang at dahan-dahang idagdag ang harina sa dalawang batch, paghahalo hanggang sa pinagsama lamang. Huwag mag-overmix.

f) Ibuhos ang Moscato at haluin hanggang sa pagsamahin lamang.

g) Ibuhos ang batter sa inihatang kawali at maghurno sa loob ng 70-80 mikulay ng nuweso, o hanggang sa malinis na lumabas ang isang toothpick na ipinasok sa gitna ng keik.

h) Hayaang lumamig ang keik sa kawali nang hindi bababa sa 10 mikulay ng nuweso bago i-invert sa isang serving plate. Hayaang lumamig sa temperatura ng kuwarto.

PARA SA SIMPLE SYRUP:

i) Sa isang maliit na kaldero na nakatakda sa katamtamang init, pagsamahin ang lahat ng sangkap at lutuin sa katamtamang init.

j) Bawasan ang pinaghalong halos isang ikatlo hanggang sa lumapot, mga 5 mikulay ng nuweso.

k) Alisin mula sa init at hayaan itong ganap na lumamig.

PARA SA MAKINANG:

l) Sa isang maliit na mangkok, haluin ang lahat ng mga sangkap hanggang sa maibuhos.

m) Upang I-assemble ang Keik:

n) Butasan ang buong pinalamig na keik gamit ang isang skewer o tinidor.

o) Ibuhos ang simpleng syrup sa keik upang ito ay masipsip. Ulitin kung ninanais.

p) Panghuli, ibuhos ang Makinang sa ibabaw ng keik at hayaan itong magtakda ng 10 mikulay ng nuweso.

q) Tangkilikin ang nakakatuwang Dugo Orange Mimosa Keik na ito, perpekto para sa mga pagdiriwang o anumang espesyal na okasyon!

7.Asulbaya Bavarois Bundt Keik

MGA INGREDIENTS:
BAVAROIS:
- 6 na sheet ng gelatine
- 250 g asulberries + dagdag para sa dekorasyon
- Katas ng 1 kalamansi
- 75 g ng asukal sa caster
- 200 ML juice ng mansanas
- 1 sachet ng vanilla sugar
- 300 ML whipping cream
- 1 dragon prutas
- 125 g raspbaya
- 125 g ng mga blackbaya

MGA KASANGKAPAN SA KUSINA:
- Panghalo
- Bundt form (1 litro)

MGA TAGUBILIN:
a) Ibabad ang mga sheet ng gelatine sa malamig na tubig sa loob ng 5 mikulay ng nuweso.
b) Purée ang mga asulberries sa isang blender o gamit ang isang hat blender.
c) Ibuhos ang asulbaya purée sa isang kasirola at pakuluan ito.
d) Idagdag ang binabad at piniga na gelatine sa purée, haluin hanggang sa ganap itong matunaw.
e) Pigain ang katas mula sa 1 kalamansi.
f) Idagdag ang lime juice, 50 gramo ng caster sugar, mansanas juice, at vanilla sugar sa puréed berries.
g) Palamigin ang pinaghalong mga 30 mikulay ng nuweso o hanggang sa magsimula itong lumapot.
h) Talunin ang 250 ML ng whipping kremahanggang sa matigas gamit ang isang panghalo.
i) Dahan-dahang tiklupin ang whipped kremasa pinaghalong baya.
j) Banlawan ang Bundt form na may malamig na tubig nang hindi ito pinatuyo.
k) Kutsara ang pinaghalong baya at kremasa inihatang Bundt form.
l) Ilagay ito sa refrigerator at hayaang mag-set ng hindi bababa sa 4 na oras.
m) Hatiin ang dragon prutas sa kalahati at i-scoop ang laman.
n) I-mash ang laman ng dragon prutas gamit ang isang tinidor at ilagay ito sa isang kasirola.
o) Idagdag ang natitirang kremaat asukal sa kasirola.
p) Init ang timpla sa mahinang apoy, haluin gamit ang whisk hanggang sa maging makinis na sarsa.
q) Hayaang lumamig ang sarsa, pagkatapos ay palamigin ito hanggang hata nang gamitin.
r) Maingat na ilabas ang bavarois sa isang plato. Magsimula sa pamamagitan ng pagluwag sa mga gilid, at kung dumikit ito, maaari mong balutin ang isang tuwalya sa kusina na nilublob sa mainit na tubig sa paligid ng Bundt form upang makatulong na ilabas ito.
s) Ibuhos ang sarsa ng dragon prutas sa ibabaw ng bavarois.
t) Palamutihan ng mga raspbaya, blackbaya, at dagdag na asulberries.

8.Raisin Gugelhupf

MGA INGREDIENTS:
- 1¾ kutsarita ng sariwang lebadura
- 1 tasa ng gatas, temperatura ng silid
- 3 tasang harina ng trigo
- 3½ ounces wheat sourdough starter
- 1 tasa ng gatas, temperatura ng silid
- 3¾ tasa ng harina ng trigo
- ½ tasang asukal
- ¾ tasa ng tinunaw na mantikilya, pinalamig
- 3–4 na itlog
- zest mula sa 1 limon
- 1 tasang pasas
- may pulbos na asukal para sa dekorasyon

MGA TAGUBILIN:

a) I-dissolve ang lebadura sa 1 tasa ng gatas. Idagdag ang harina, at starter, at ihalo nang mabuti. Hayaang tumaas ang kuwarta sa loob ng 1-2 oras.

b) Idagdag ang lahat ng sangkap sa kuwarta at ihalo nang lubusan.

c) Punan ang isa o dalawang greased at floured 11 × 7 × 1 ½ pulgada Bundt pan (1 ½ litro) sa kalahati ng kuwarta. Hayaang tumaas ang kuwarta hanggang sa ito ay humigit-kumulang 30 porsiyentong mas malaki, o sa loob ng 1 oras.

d) Maghurno sa 390°F (200°C) sa loob ng 20–30 mikulay ng nuweso. Hayaang lumamig ang keik bago ito alisin sa kawali. Panghuli, budburan ng powdered sugar.

e) Paghaluin ang kuwarta sa mga sangkap mula sa ikalawang hakbang at haluing mabuti.

f) Punan ang mga greased at floured molds sa kalahati ng kuwarta.

g) Hayaang lumamig ang inihurnong keik bago hiwain.

9.7-Up Bundt Keik

MGA INGREDIENTS:
KEIK:
- 1 ½ tasang Mantikilya
- 3 tasang Asukal
- 5 itlog
- 3 tasang harina
- 2 kutsarang katas ng limon
- ¾ tasa 7-Up

MAKINANG:
- ½ tasang may pulbos na asukal
- sapat na 7-up at sariwang limon juice upang magbasa-basa sa isang Makinang

MGA TAGUBILIN:

a) Painitin muna ang hurno sa 325 ; .
b) Grasa at harina sa isang fluted Bundt pan.
c) Pagsamahin ang asukal at mantikilya, hanggang sa magaan at malambot.
d) Magdagdag ng mga itlog, isa-isa, matalo nang mabuti pagkatapos ng bawat isa... Magdagdag ng harina, at talunin pa.
e) Haluin ang limon extract at 7-Up,
f) Ilagay ang batter sa kawali, i-bake sa 325 degrees para sa 1 oras-1 oras 15 mikulay ng nuweso.. o hanggang sa malinis na lumabas ang toothpick na ipinasok.
g) Hayaang lumamig ng kaunti ang keik at alisin sa kawali.
h) Paghaluin ang Makinang at ambon sa ibabaw

10. Kalabasa at Cranbaya Bundt Keik

MGA INGREDIENTS:
- 1 tasang kalabasa mousse
- 2½ tasang plain spelling na harina o harina ng wheat keik
- ½ tasang gatas
- 7 gramo ng dry yeast
- ½ tasa ng asukal sa tubo o anumang iba pang hindi nilinis na asukal
- juice at zest ng 1 limon
- 1 kutsarang likidong langis ng niyog
- 1 tasang pinatuyong cranbaya

MGA TAGUBILIN:
a) Pagsamahin ang harina, lebadura, asukal, at cranbaya sa isang mangkok ng paghahalo.
b) Sa isang maliit na kasirola, dahan-dahang painitin ang kalabasa mousse, gatas, limon juice at zest, at langis ng niyog.
c) Masahin ang mga basang sangkap sa kuwarta. Ito ay dapat tumagal nang humigit-kumulang 8 mikulay ng nuweso upang makumpleto.
d) Magwiwisik ng manipis na layer ng harina sa Bundt keik form at grasa ito.
e) Ilagay ang kuwarta sa bundt pan, takpan ito, at hayaan itong tumabi sa loob ng 1 oras sa isang mainit na lugar.
f) Painitin muna ang oven sa 180°C/350°F at maghurno ng 35 mikulay ng nuweso (hanggang sa malinis ang isang kahoy na tuhog).

11. Nagyelo Mansanas-Pambalasa Bundt Keik

MGA INGREDIENTS:
KREMAKESO FILLING:
- 1 (8-ounce) pkg. kremakeso, pinalambot
- ¼ tasa ng butil na asukal
- 1 malaking itlog
- 2 kutsarang all-purpose na harina
- 1 kutsarita vanilla extract

MANSANAS-PAMBALASA BATTER:
- 1 tasang naka-pack na light brown sugar
- 1 tasa ng langis ng gulay
- ½ tasa ng butil na asukal
- 3 malalaking itlog
- 2 kutsarita ng vanilla extract
- 2 kutsarita ng baking powder
- 2 kutsarita na pampalasa ng kalabasa pie
- 1 ½ kutsarita ng ground cardamom
- 1 kutsarita kosher salt
- ½ kutsarita ng baking soda
- ½ kutsarita ng ground coriater
- 3 tasa (mga 12 ¾ onsa) na all-purpose na harina
- 3 malalaking Granny Smith na mansanas (mga 1 ½ libra), binalatan at gadgad

CARAMEL FROSTING:
- ⅔ tasa halos tinadtad na toasted pecans

MGA TAGUBILIN:
IHATA ANG KREMAKESO FILLING:
a) Painitin ang oven sa 350°F. Talunin ang kremakeso, ¼ cup granulated sugar, 1 itlog, 2 kutsarang harina, at 1 kutsarita ng vanilla gamit ang electric mixer sa medium speed hanggang makinis.

IHATA ANG MANSANAS-PAMBALASA BATTER:
b) Talunin ang brown sugar, mantika, at ½ tasa ng granulated sugar gamit ang electric stat mixer sa katamtamang bilis hanggang sa mahusay na timpla. Magdagdag ng 3 itlog, 1 sa isang pagkakataon, matalo ng mabuti pagkatapos ng bawat karagdagan. Haluin ang 2 kutsarita ng vanilla.
c) Pagsamahin ang baking powder, kalabasa pie pambalasa, cardamom, asin, baking soda, coriater, at 3 tasang harina. Dahan-dahang idagdag sa pinaghalong brown sugar, hinalo sa mababang bilis hanggang sa mahalo lang. Magdagdag ng mga mansanas at talunin sa mababang bilis hanggang sa pinagsama.
d) Ilagay ang kalahati ng batter sa isang 14-cup Bundt pan na may mantika at harina. Dollop KremaKeso Pagpuno sa pinaghalong mansanas, na nag-iiwan ng 1-pulgadang hangganan sa paligid ng mga gilid ng kawali. Paikutin ang pagpuno sa batter gamit ang kutsilyo. Kutsara ang natitirang batter sa ibabaw ng pagpuno.
e) Maghurno sa preheated oven hanggang sa lumabas na malinis ang isang mahabang kahoy na pick na ipinasok sa gitna, 50 mikulay ng nuweso hanggang 1 oras.
f) Palamigin ang keik sa kawali sa isang wire rack sa loob ng 20 mikulay ng nuweso; alisin mula sa kawali papunta sa wire rack at palamig nang lubusan (mga 2 oras). Kutsarang frosting kaagad sa pinalamig na keik; budburan ng pecans.

12. Melokoton Melba Bundt Keik

MGA INGREDIENTS:
- 2 tasang all-purpose na harina
- 1 kutsarita ng baking powder
- 1/2 kutsarita ng baking soda
- 1/2 kutsarita ng asin
- 1 tasa unsalted butter, temperatura ng kuwarto
- 1 1/2 tasa ng granulated sugar
- 4 malalaking itlog
- 1 kutsarita vanilla extract
- 1/2 tasa ng kulay-gatas
- 1/2 tasa ng melokoton nectar
- 1 tasang diced melokoton (sariwa o de-latang at pinatuyo)
- 1/2 tasa ng raspbaya

MAKINANG:
- 1 tasang may pulbos na asukal
- 2 kutsarang raspbaya puree
- 1 kutsarang gatas

MGA TAGUBILIN:

a) Painitin muna ang iyong oven sa 350°F (175°C). Grasa at harina ang isang 10-inch bundt pan.
b) Sa isang katamtamang mangkok, haluin ang harina, baking powder, baking soda, at asin.
c) Sa isang malaking mangkok, pagsamahin ang mantikilya at granulated sugar hanggang sa magaan at malambot. Idagdag ang mga itlog, isa-isa, matalo nang mabuti pagkatapos ng bawat karagdagan. Ihalo ang vanilla extract.
d) Dahan-dahang idagdag ang pinaghalong harina sa pinaghalong mantikilya, na kahalili ng kulay-gatas at melokoton nectar, simula at nagtatapos sa pinaghalong harina. Tiklupin ang mga diced na mga milokoton at raspbaya nang malumanay.
e) Ibuhos ang batter sa inihatang bundt pan. Maghurno ng 50-60 mikulay ng nuweso o hanggang sa lumabas na malinis ang isang toothpick na ipinasok sa keik.
f) Hayaang lumamig ang keik sa kawali sa loob ng 10 mikulay ng nuweso, pagkatapos ay ilagay sa wire rack upang ganap na lumamig.
g) Para sa Makinang, haluin ang powdered sugar, raspbaya puree, at gatas hanggang makinis. Ibuhos ang pinalamig na keik.

13.Mango Pagsinta Prutas Bundt Keik

MGA INGREDIENTS:
- 2 1/2 tasa ng all-purpose na harina
- 2 kutsarita ng baking powder
- 1/2 kutsarita ng asin
- 1 tasa unsalted butter, temperatura ng kuwarto
- 2 tasang granulated sugar
- 4 na itlog
- 1 kutsarita vanilla extract
- 1 tasang mangga puree
- 1/2 tasa ng pagsinta prutas juice
- Sarap ng 1 kalamansi

MAKINANG:
- 1 tasang may pulbos na asukal
- 2-3 kutsarang pagsinta prutas juice

MGA TAGUBILIN:

a) Painitin ang oven sa 350°F (175°C). Grasa at harina ang isang bundt pan.
b) Pagsamahin ang harina, baking powder, at asin sa isang mangkok.
c) Talunin ang mantikilya at asukal hanggang sa malambot. Magdagdag ng mga itlog, isa-isa, pagkatapos ay banilya, ihalo nang mabuti.
d) Ihalo sa mangga puree, pagsinta prutas juice, at lime zest. Dahan-dahang paghaluin ang mga tuyong sangkap hanggang sa pagsamahin lamang.
e) Ibuhos ang batter sa inihatang kawali. Maghurno ng 55-65 mikulay ng nuweso o hanggang sa malinis ang toothpick.
f) Palamigin sa kawali sa loob ng 15 mikulay ng nuweso, pagkatapos ay i-invert sa isang wire rack upang ganap na lumamig.
g) Para sa Makinang, haluin ang powdered sugar at pagsinta prutas juice hanggang makinis. Ibuhos ang pinalamig na keik.

14.Pear at Ginger Bundt Keik

MGA INGREDIENTS:
- 3 tasang all-purpose na harina
- 1 kutsarita ng baking powder
- 1/4 kutsarita ng baking soda
- 1/4 kutsarita ng asin
- 1 kutsarang giniling na luya
- 1 tasa unsalted butter, temperatura ng kuwarto
- 2 tasang asukal
- 4 na itlog
- 2 kutsarita ng vanilla extract
- 1 tasa ng kulay-gatas
- 2 tasang diced peras (binalatan at tinadtad)
- 1/4 tasa ng crystallized na luya, tinadtad

MAKINANG:
- 1 tasang may pulbos na asukal
- 2 kutsarang gatas
- 1 kutsarita vanilla extract

MGA TAGUBILIN:

a) Painitin ang oven sa 350°F (175°C). Grasa at harina ang isang bundt pan.

b) Pagsamahin ang harina, baking powder, baking soda, asin, at giniling na luya.

c) Kremang mantikilya at asukal hanggang mahimulmol. Talunin ang mga itlog nang paisa-isa, pagkatapos ay banilya. Paghaluin ang mga tuyong sangkap na halili sa kulay-gatas. I-fold sa mga peras at crystallized na luya.

d) Ibuhos sa bundt pan at maghurno ng 60-70 mikulay ng nuweso. Palamigin sa kawali, pagkatapos ay i-invert sa isang rack.

e) Paghaluin ang pulbos na asukal, gatas, at banilya para sa Makinang; ambon sa ibabaw ng keik.

15. Strawbaya Rhubarb Bundt Keik

MGA INGREDIENTS:
- 2 1/2 tasa ng all-purpose na harina
- 1 kutsarita ng baking powder
- 1/2 kutsarita ng baking soda
- 1/2 kutsarita ng asin
- 1 tasang unsalted butter, pinalambot
- 1 3/4 tasa ng granulated sugar
- 4 na itlog
- 2 kutsarita ng vanilla extract
- 1 tasa ng kulay-gatas
- 1 tasa ng makinis na tinadtad na rhubarb
- 1 tasang diced strawbaya

STRAWBAYA MAKINANG:
- 1 tasang may pulbos na asukal
- 2-3 kutsarang strawbaya puree

MGA TAGUBILIN:
a) Painitin ang oven sa 350°F (175°C). Grasa at harina ang isang 10-inch bundt pan.
b) Pagsamahin ang harina, baking powder, baking soda, at asin sa isang mangkok.
c) Sa isang malaking mangkok, kremabutter at asukal hanggang sa magaan at malambot. Magdagdag ng mga itlog, isa-isa, matalo nang mabuti pagkatapos ng bawat karagdagan. Haluin sa vanilla.
d) Dahan-dahang idagdag ang pinaghalong harina sa pinaghalong creamed, alternating na may kulay-gatas, nagsisimula at nagtatapos sa pinaghalong harina. I-fold sa rhubarb at strawbaya.
e) Ibuhos sa inihatang bundt pan at pakinisin ang tuktok. Maghurno ng 55-65 mikulay ng nuweso o hanggang sa lumabas na malinis ang isang toothpick na ipinasok sa keik.
f) Palamigin sa kawali sa loob ng 10 mikulay ng nuweso bago baligtarin sa isang wire rack upang ganap na lumamig.
g) Para sa Makinang, haluin ang powdered sugar at strawbaya puree hanggang makinis. Ayusin ang pagkakapare-pareho na may higit pang katas o asukal kung kinakailangan. Ibuhos ang pinalamig na keik.

16. Fig at Matamis Bundt Keik

MGA INGREDIENTS:
- 3 tasang all-purpose na harina
- 1 kutsarita ng baking powder
- 1/2 kutsarita ng baking soda
- 1/2 kutsarita ng asin
- 1 tasa unsalted butter, temperatura ng kuwarto
- 1 tasa ng butil na asukal
- 1/2 tasa ng pulot
- 4 na itlog
- 2 kutsarita ng vanilla extract
- 1 tasang buttermilk
- 1 tasa diced sariwang igos

MATAMIS MAKINANG:
- 1 tasang may pulbos na asukal
- 3 kutsarang pulot
- 2 kutsarang gatas

MGA TAGUBILIN:
a) Painitin muna ang oven sa 350°F (175°C). Grasa at harina ang isang bundt pan.
b) Pagsamahin ang harina, baking powder, baking soda, at asin sa isang mangkok.
c) Sa isang malaking mangkok, pagsamahin ang mantikilya, asukal, at pulot hanggang sa magaan at malambot. Magdagdag ng mga itlog, isa-isa, matalo nang mabuti pagkatapos ng bawat karagdagan. Haluin ang vanilla.
d) Idagdag ang pinaghalong harina sa pinaghalong creamed na halili sa buttermilk, simula at nagtatapos sa pinaghalong harina. Tiklupin ang mga diced na igos.
e) Ibuhos ang batter sa inihatang bundt pan. Maghurno ng 60-70 mikulay ng nuweso o hanggang sa malinis na lumabas ang isang toothpick na ipinasok.
f) Hayaang lumamig ang keik sa kawali sa loob ng 10 mikulay ng nuweso, pagkatapos ay i-invert sa wire rack upang ganap na lumamig.

g) Para sa Makinang, haluin ang powdered sugar, matamis, at gatas hanggang makinis. Ibuhos ang pinalamig na keik.

17.Tropikal Banana Cocokulay ng nuwes Bundt Keik

g) Para sa Makinang, haluin ang powdered sugar, matamis, at gatas hanggang makinis. Ibuhos ang pinalamig na keik.

17.Tropikal Banana Cocokulay ng nuwes Bundt Keik

g) Para sa Makinang, haluin ang powdered sugar, matamis, at gatas hanggang makinis. Ibuhos ang pinalamig na keik.

17.Tropikal Banana Cocokulay ng nuwes Bundt Keik

16. Fig at Matamis Bundt Keik

MGA INGREDIENTS:
- 3 tasang all-purpose na harina
- 1 kutsarita ng baking powder
- 1/2 kutsarita ng baking soda
- 1/2 kutsarita ng asin
- 1 tasa unsalted butter, temperatura ng kuwarto
- 1 tasa ng butil na asukal
- 1/2 tasa ng pulot
- 4 na itlog
- 2 kutsarita ng vanilla extract
- 1 tasang buttermilk
- 1 tasa diced sariwang igos

MATAMIS MAKINANG:
- 1 tasang may pulbos na asukal
- 3 kutsarang pulot
- 2 kutsarang gatas

MGA TAGUBILIN:
a) Painitin muna ang oven sa 350°F (175°C). Grasa at harina ang isang bundt pan.
b) Pagsamahin ang harina, baking powder, baking soda, at asin sa isang mangkok.
c) Sa isang malaking mangkok, pagsamahin ang mantikilya, asukal, at pulot hanggang sa magaan at malambot. Magdagdag ng mga itlog, isa-isa, matalo nang mabuti pagkatapos ng bawat karagdagan. Haluin ang vanilla.
d) Idagdag ang pinaghalong harina sa pinaghalong creamed na halili sa buttermilk, simula at nagtatapos sa pinaghalong harina. Tiklupin ang mga diced na igos.
e) Ibuhos ang batter sa inihatang bundt pan. Maghurno ng 60-70 mikulay ng nuweso o hanggang sa malinis na lumabas ang isang toothpick na ipinasok.
f) Hayaang lumamig ang keik sa kawali sa loob ng 10 mikulay ng nuweso, pagkatapos ay i-invert sa wire rack upang ganap na lumamig.

g) Para sa Makinang, haluin ang powdered sugar, matamis, at gatas hanggang makinis. Ibuhos ang pinalamig na keik.

17.Tropikal Banana Cocokulay ng nuwes Bundt Keik

g) Para sa Makinang, haluin ang powdered sugar, matamis, at gatas hanggang makinis. Ibuhos ang pinalamig na keik.

17.Tropikal Banana Cocokulay ng nuwes Bundt Keik

g) Para sa Makinang, haluin ang powdered sugar, matamis, at gatas hanggang makinis. Ibuhos ang pinalamig na keik.

17.Tropikal Banana Cocokulay ng nuwes Bundt Keik

g) Para sa Makinang, haluin ang powdered sugar, matamis, at gatas hanggang makinis. Ibuhos ang pinalamig na keik.

17.Tropikal Banana Cocokulay ng nuwes Bundt Keik

g) Para sa Makinang, haluin ang powdered sugar, matamis, at gatas hanggang makinis. Ibuhos ang pinalamig na keik.

17.Tropikal Banana Cocokulay ng nuwes Bundt Keik

g) Para sa Makinang, haluin ang powdered sugar, matamis, at gatas hanggang makinis. Ibuhos ang pinalamig na keik.

17.Tropikal Banana Cocokulay ng nuwes Bundt Keik

MGA INGREDIENTS:
- 3 tasang all-purpose na harina
- 2 kutsarita ng baking powder
- 1/2 kutsarita ng baking soda
- 1/2 kutsarita ng asin
- 1 tasa unsalted butter, temperatura ng kuwarto
- 2 tasang granulated sugar
- 3 itlog
- 2 kutsarita ng vanilla extract
- 1 tasang minasa na hinog na saging (mga 2-3 saging)
- 1 tasang gata ng niyog
- 1 tasang hinimay na niyog

COCOKULAY NG NUWES MAKINANG:
- 1 tasang may pulbos na asukal
- 3-4 na kutsarang gata ng niyog

MGA TAGUBILIN:
a) Painitin ang oven sa 350°F (175°C). Grasa at harina ang isang bundt pan.
b) Pagsamahin ang harina, baking powder, baking soda, at asin.
c) Kremang mantikilya at asukal hanggang mahimulmol. Magdagdag ng mga itlog, paisa-isa, pagkatapos ay banilya, paghahalo nang mabuti pagkatapos ng bawat karagdagan. Ihalo sa minasa na saging.
d) Salit-salit na magdagdag ng mga tuyong sangkap at gata ng niyog sa batter, na nagsisimula at nagtatapos sa mga tuyong sangkap. Haluin ang hinimay na niyog.
e) Ibuhos ang batter sa inihatang kawali. Maghurno sa loob ng 60-70 mikulay ng nuweso, o hanggang sa malinis ang isang toothpick na ipinasok.
f) Palamigin sa kawali sa loob ng 10 mikulay ng nuweso, pagkatapos ay ilagay sa wire rack upang ganap na lumamig.
g) Para sa Makinang, paghaluin ang powdered sugar at gata ng niyog hanggang makinis. Ayusin ang pagkakapare-pareho kung kinakailangan. Ibuhos ang pinalamig na keik.

18.Strawbaya Pag-inog kremaKeso Bundt Keik

MGA INGREDIENTS:
- 2 1/2 tasa ng all-purpose na harina
- 1 kutsarita ng baking powder
- 1/2 kutsarita ng baking soda
- 1/2 kutsarita ng asin
- 3/4 tasa unsalted butter, temperatura ng kuwarto
- 1 1/2 tasa ng granulated sugar
- 4 malalaking itlog
- 1 kutsarita vanilla extract
- 1 tasa ng kulay-gatas
- 8 ounces kremakeso, pinalambot
- 1/2 tasa na pinapanatili ng strawbaya

MGA TAGUBILIN:
a) Painitin muna ang iyong oven sa 350°F (175°C). Grasa at harina ang isang 10-inch bundt pan.
b) Sa isang katamtamang mangkok, haluin ang harina, baking powder, baking soda, at asin.
c) Sa isang malaking mangkok, i-kremaang mantikilya at granulated sugar hanggang sa magaan at malambot. Talunin ang mga itlog, isa-isa, pagkatapos ay ang vanilla. Dahan-dahang idagdag ang pinaghalong harina, alternating sa kulay-gatas, simula at nagtatapos sa pinaghalong harina.
d) Sa isang hiwalay na mangkok, talunin ang kremakeso hanggang makinis. Haluin ang strawbaya preserves.
e) Ibuhos ang kalahati ng keik batter sa inihatang bundt pan. Kutsara ang kremakeso mixture sa batter. Itaas ang natitirang keik batter.
f) Gumamit ng kutsilyo para paikutin ang pinaghalong kremakeso sa batter, na lumilikha ng Marmold effect.
g) Maghurno ng 60-70 mikulay ng nuweso, o hanggang sa malinis na lumabas ang isang toothpick na ipinasok sa keik. Hayaang lumamig sa kawali sa loob ng 10 mikulay ng nuweso, pagkatapos ay baligtarin sa isang wire rack upang ganap na lumamig.

19.Fig at Walkulay ng nuwes Bundt Keik

MGA INGREDIENTS:
- 2 tasang all-purpose na harina
- 1 kutsarita ng baking powder
- 1/2 kutsarita ng baking soda
- 1/2 kutsarita ng asin
- 1 tasa unsalted butter, temperatura ng kuwarto
- 1 1/2 tasa ng granulated sugar
- 4 na itlog
- 1 kutsarita vanilla extract
- 1/2 tasa ng buttermilk
- 1 tasang pinatuyong igos, tinadtad
- 1 tasa ng mga walkulay ng nuwes, tinadtad

MGA TAGUBILIN:
a) Painitin ang oven sa 350°F (175°C). Grasa at harina ang isang bundt pan.
b) Pagsamahin ang harina, baking powder, baking soda, at asin.
c) Sa isang malaking mangkok, kremabutter at asukal hanggang liwanag. Magdagdag ng mga itlog, isa-isa, pagkatapos ay banilya. Salit-salit na magdagdag ng mga tuyong sangkap at buttermilk, na nagsisimula at nagtatapos sa mga tuyong sangkap. Tiklupin ang mga igos at mga walkulay ng nuwes.
d) Ibuhos ang batter sa inihatang kawali. Maghurno ng 55-65 mikulay ng nuweso, hanggang sa lumabas ang isang tester na malinis. Palamigin sa kawali sa loob ng 15 mikulay ng nuweso, pagkatapos ay ilagay sa isang rack upang ganap na lumamig.

20.Tropikal Banana Bundt Keik

MGA INGREDIENTS:
- 3 tasang all-purpose na harina
- 2 kutsarita ng baking powder
- 1 kutsarita ng baking soda
- 1/2 kutsarita ng asin
- 1 tasa unsalted butter, temperatura ng kuwarto
- 2 tasang asukal
- 3 malalaking itlog
- 2 kutsarita ng vanilla extract
- 1 tasang minasa na hinog na saging (mga 2-3 saging)
- 1 tasang gata ng niyog
- 1 tasang hinimay na niyog
- 1/2 tasa ng macadamia kulay ng nuwess, tinadtad

MGA TAGUBILIN:
a) Painitin ang oven sa 350°F (175°C). Grasa at harina ang isang bundt pan.
b) Paghaluin ang harina, baking powder, baking soda, at asin.
c) Kremang mantikilya at asukal hanggang mahimulmol. Talunin ang mga itlog, isa-isa, pagkatapos ay banilya. Ihalo sa saging. Salit-salit na magdagdag ng mga tuyong sangkap at gata ng niyog, simula at nagtatapos sa mga tuyong sangkap. I-fold sa gikulay ng nuwesay-gutay na niyog at macadamia kulay ng nuwess.
d) Ibuhos sa inihatang kawali. Maghurno ng 60-70 mikulay ng nuweso o hanggang sa malinis na lumabas ang isang toothpick na ipinasok. Palamigin sa kawali sa loob ng 20 mikulay ng nuweso, pagkatapos ay baligtarin sa isang wire rack upang ganap na lumamig.

BOTANIKAL BUNDT KEIKS

21. Paruparo gisantes Marmol Bundt

MGA INGREDIENTS:
PARUPARO GISANTESPOWDER MARMOL BUNDT
- 3½ tasang all-purpose na harina
- 4 na kutsarita ng baking powder
- ¾ kutsarita ng asin
- ¾ tasa unsalted butter sa room temperature
- ½ tasa ng langis ng gulay
- 1¾ tasa ng butil na asukal
- 3 itlog + 2 puti ng itlog sa temperatura ng silid
- 4 kutsarita ng vanilla
- 1½ tasang buttermilk
- 1 kutsarang paruparo gisantespowder
- 1 kutsarang gatas

VANILLA BUTTERFLY MAKINANG
- 1½ tasang powdered sugar
- 1 kutsarita paruparo gisantespowder
- ½ kutsarita ng vanilla
- 2-4 na kutsarang gatas

MGA TAGUBILIN
PARUPARO GISANTESPOWDER MARMOL BUNDT
a) Painitin muna ang oven sa 350°F / 175°C. Mantikilya at masaganang harina ang isang 12-cup na kapasidad na Bundt pan.

b) Sa isang medium-sized na mangkok, haluin ang harina, baking powder, at asin. Itabi.

c) Sa mangkok ng stat mixer na nilagyan ng paddle attachment, haluin ang mantikilya, mantika, at asukal sa loob ng 5 mikulay ng nuweso hanggang sa liwanag at malambot.

d) Kuskusin ang mga gilid ng mangkok, at magdagdag ng isang itlog sa isang pagkakataon, matalo sa loob ng 20 segundo sa pagitan ng bawat karagdagan. Idagdag ang vanilla kasama ang huling itlog.

e) Paghalili sa pagitan ng pagdaragdag ng pinaghalong harina at buttermilk. Tiklupin ang ⅓ ng pinaghalong harina, pagkatapos ay ½ ng buttermilk, ⅓ ng harina, ang natitirang ½ ng buttermilk, at ang natitirang ⅓ ng harina.

f) Alisin ang ~3 tasa ng batter at ilagay ito sa isang medium-sized na mangkok. Sa isang maliit na mangkok, paghaluin ang paruparo gisantespowder at gatas. Sa 3 tasa, dahan-dahang ihalo ang paruparo gisantespowder mixture hanggang sa maging bughaw ang batter.

g) Pantay-pantay na ikalat ang ~⅓ ng vanilla batter sa Bundt. Gumamit ng ~⅓ ng asul na batter upang maglagay ng malalaking dollops sa ibabaw ng vanilla, pagkatapos ay gumamit ng kutsilyo upang dahan-dahang iikot ang asul.

h) Magdagdag ng isa pang ⅓ ng vanilla sa itaas, ulitin ang mga dollops, at paikutin ng dalawang beses, na nagtatapos sa asul na batter sa itaas.

i) Maghurno sa loob ng 50-60 mikulay ng nuweso, hanggang sa lumabas na malinis ang isang kutsilyo na ipinasok sa Bundt o may kaunting basang mumo lamang.

j) Hayaang lumamig ang keik sa kawali sa loob ng 10-15 mikulay ng nuweso. Kapag ang kawali ay sapat na upang hawakan, i-flip ang keik sa isang malinis na ibabaw. Hayaang lumamig nang lubusan ang keik bago i-frost.

VANILLA BUTTERFLY MAKINANG

k) Sa isang mangkok, paghaluin ang lahat ng sangkap na nagsisimula sa 2 kutsarang gatas. Magdagdag ng higit pang gatas kung kinakailangan upang makuha ang iyong ninanais na pagkakapare-pareho.

l) Ibuhos ang Makinang nang pantay-pantay sa keik.

m) Opsyonal: Ibuhos ang 1 kutsarita ng puting pangkulay ng pagkain sa isang mangkok. Gumamit ng paintbrush upang mabulok ang keik. Sa itaas ay may mga talulot ng rosas at mga puting sugar pearl sprinkles.

n) Maglingkod, at magsaya!

22.Limon Chamomile Matamis Bundt Keik

MGA INGREDIENTS:
LIMON CHAMOMILE MATAMIS KEIK:
- 1 tasang buong gatas
- ½ tasa ng loose-leaf chamomile tsaa
- 2 kutsarang pulot
- 3 tasang pinong pastry flour o keik flour
- 1 kutsarita ng pinong sea salt
- 1 kutsarita ng baking soda
- ½ kutsarita ng baking powder
- Zest at juice ng 4 medium limons
- 1 ½ tasa ng butil na asukal
- 1 tasang unsalted butter (sa room temperature)
- 4 malalaking itlog (sa temperatura ng kuwarto)
- 2 kutsarita purong vanilla extract

LIMON CHAMOMILE MATAMIS MAKINANG:
- ½ tasang asukal
- ½ tasang tubig
- ½ tasa ng loose-leaf chamomile tsaa
- ¼ tasa ng limon juice (mula sa mga limon na ginamit sa keik)
- ¼ tasang pulot

MGA TAGUBILIN:
PARA SA LIMON CHAMOMILE MATAMIS KEIK:
a) Painitin muna ang oven sa 350°F. Maghata ng 10-cup bundt pan sa pamamagitan ng pagsisipilyo nito ng tinunaw na mantikilya at paglalagay ng alikabok dito ng pastry flour.
b) Sa isang maliit na kasirola sa medium-low heat, pagsamahin ang gatas, chamomile tsaa, at matamis. Pakuluan ng 5 mikulay ng nuweso, pagkatapos ay hayaang matarik ang tsaa habang lumalamig ito. Salain ang gatas, haluin ang kalahati ng limon juice, at itabi.
c) Salain ang pastry flour, asin, baking powder, at baking soda. Magdagdag ng limon zest at whisk.
d) Sa isang stat mixer, kremabutter at asukal hanggang sa malambot. Magdagdag ng mga itlog nang paisa-isa, na sinusundan ng vanilla.
e) Tiklupin ang pinaghalong harina at ang pinalamig, pinaghalong gatas na halili sa tatlo at dalawang bahagi, ayon sa pagkakabanggit.
f) Ibuhos ang batter sa inihatang bundt pan at maghurno ng 40-45 mikulay ng nuweso, umiikot sa kalahati. Ang keik ay dapat na ginintuang at bumalik kapag hinawakan.

PARA SA LIMON CHAMOMILE MATAMIS MAKINANG:
g) Sa isang palayok sa mataas na init, pagsamahin ang asukal, tubig, pulot, limon juice, at chamomile tsaa. Pakuluan, haluin hanggang matunaw ang asukal. Pakuluan hanggang lumapot ang timpla, pagkatapos ay alisin sa init at palamig. Pilitin ang syrup.
h) Habang ang keik ay nasa kawali pa, butasin ang ilalim gamit ang isang kahoy na tuhog. Ibuhos ang ¾ ng Makinang sa ibabaw ng keik, hayaan itong dumaloy sa mga channel. Ireserba ang natitirang Makinang.
i) Hayaang lumamig ang keik sa kawali sa loob ng 30 mikulay ng nuweso, pagkatapos ay i-invert ito sa isang serving plate. I-brush ang tuktok at gilid gamit ang natitirang Makinang.
j) Opsyonal, palamutihan ang keik ng mga sariwang piniling bulaklak ng chamomile. Hiwain at ihain kasama ng whipped cream.

23.Limon at Poppyseed Bundt Keik

MGA INGREDIENTS:
KEIK:
- 230 g Mantikilya, Temperatura ng Kwarto
- 230 g Caster Sugar
- Sarap ng 3 Limon
- 4 na malalaking Itlog
- 100 g Greek Yoghurt, Full Fat
- 300 g Self-Rising Flour, Sinala
- 1 kutsarita ng Baking Powder
- 2 kutsarang Poppyseed, Itim
- Kurot ng Asin

DRIZZLE:
- 100 g ng Caster Sugar
- Katas ng 3 Limon

ICING:
- 100 g Icing Sugar
- Juice ng 1 Limon
- Tubig (kung kinakailangan para sa nais na pagkakapare-pareho)

MGA TAGUBILIN:

a) Painitin muna ang oven sa Gas Mark 4/160°C Fan, 180°C. I-spray ang bundt tin ng keik release spray o lagyan ng mantikilya.
b) Pagsamahin ang mantikilya, asukal, at limon zest hanggang sa magaan at malambot, humigit-kumulang 5-8 mikulay ng nuweso.
c) Idagdag ang mga itlog nang paisa-isa, ihalo nang mabuti pagkatapos ng bawat karagdagan.
d) Dahan-dahang tiklupin ang Greek yogurt.
e) I-fold ang sieved self-rising flour, baking powder, poppyseeds, at isang pakurot ng asin hanggang sa maayos na pagsamahin.
f) Ilipat ang batter sa inihatang bundt tin. Maghurno ng 35 mikulay ng nuweso o hanggang sa lumabas na malinis ang isang skewer na ipinasok sa gitna.
g) Habang nagluluto ang keik, gawin ang ambon sa pamamagitan ng pagpainit ng asukal na may limon juice sa mahinang apoy sa loob ng 2-3 mikulay ng nuweso.
h) Kapag lumabas na ang keik sa oven, butasin ang buong ibabaw nito at ibuhos ang mainit na ambon sa ibabaw nito. Hayaang tumayo ang keik ng 15 mikulay ng nuweso bago baligtarin ito mula sa lata.
i) Para sa icing, paghaluin ang icing sugar na may limon juice hanggang sa ito ay umabot sa isang maibuhos na pagkakapare-pareho. Magdagdag ng tubig kung kinakailangan.
j) Ibuhos ang icing sa ibabaw ng keik at palamutihan ng mga nakakain na bulaklak bago ihain.

24. Vanilla Mabulaklak Bundt Keik na may Hibiscus Makinang

MGA INGREDIENTS:
BUNDT KEIK:
- 1 ½ tasang harina
- ½ kutsarita ng asin
- ¼ kutsarita ng baking soda
- ½ tasang mantikilya, pinalambot
- 1 ½ tasa ng asukal
- 4 na itlog
- 1 kutsarita vanilla extract
- ⅔ tasa ng plain yogurt

HIBISCUS MAKINANG:
- 2 bag ng Hibiscus tsaa
- 1 tasang tubig
- 1 ¾ tasa ng asukal sa mga confectioner, sinala
- 2 kutsarita sariwang limon juice
- 1-3 tablespoons brewed Hibiscus tsaa, cooled

MGA TAGUBILIN:

TSAA:
a) Sa 1 tasa ng tubig na kumukulo, magluto ng mga bag ng tsaa, na sakop, sa loob ng 8-10 mikulay ng nuweso.
b) Itabi at hayaan itong ganap na lumamig.

PARA SA KEIK:
c) Painitin muna ang oven sa 350°F. Ihata ang kawali na may baking spray at gumamit ng pastry brush para pantay-pantay ang mga detalye ng kawali.
d) Sa isang maliit na mangkok, paghaluin ang harina, baking soda, at asin. Itabi.
e) Gamit ang mixer na may paddle attachment, kremabutter at asukal. Paghaluin ang mga itlog hanggang sa maisama nang lubusan.
f) Magdagdag ng banilya, pinaghalong harina, at yogurt. Haluin hanggang makinis.
g) Ibuhos sa inihatang 6 Cup Bundt, ¾ lang ang laman. Dahan-dahang i-tap ang counter para palabasin ang mga bula ng hangin.
h) Maghurno ng 35-40 mikulay ng nuweso o hanggang sa lumabas na malinis ang isang toothpick na ipinasok sa gitna ng keik. Alisin sa oven at hayaang lumamig ang keik sa loob ng 10 mikulay ng nuweso bago i-invert sa isang cooling rack.

PARA SA MAKINANG:
i) Habang lumalamig ang keik, ihalo ang mga sangkap ng Makinang. Sa asukal ng mga Confectioner, magdagdag ng limon juice at pinalamig na brewed tsaa, pagdaragdag ng 1 kutsara sa isang pagkakataon at hanggang 3 kutsara para sa nais na pagkakapare-pareho at kulay.
j) Ibuhos ang Makinang sa pinalamig na keik kapag hata nang ihain.

25. Puti Tsokolate Raspbaya Bundt Keik

MGA INGREDIENTS:
KEIK:
- 8.8 ounces unsalted butter
- 8.8 ounces puting tsokolate
- 6.7 onsa ng tubig
- 1 ½ tasang superfine (caster) na asukal
- 2 malalaking itlog, temperatura ng silid
- 1 kutsarita vanilla extract
- 4.4 ounces light sour cream
- 1 ½ tasang self-rising na harina
- 1 ¼ tasa ng all-purpose na harina
- 8.8 ounces frozen raspberries

PUTI TSOKOLATE BUTTERCREAM:
- 7 ounces unsalted butter, pinalambot
- 14 ounces icing/powdered sugar
- 3.5 onsa puting tsokolate
- 1.1 ounces na cream

MGA TAGUBILIN:
KEIK:
a) Painitin ang oven sa 160°C / 320°F. Grasa at harina ang isang 8" bundt keik pan.
b) Matunaw ang mantikilya at tsokolate sa isang mangkok na ligtas sa microwave sa 50% kapangyarihan sa loob ng dalawang mikulay ng nuweso.
c) Magdagdag ng tubig at asukal, pukawin, at patuloy na magpainit sa microwave sa 50% na kapangyarihan sa loob ng 1-2 mikulay ng nuwesong mga palugit hanggang sa matunaw ang lahat. Hayaang lumamig sa loob ng 15 mikulay ng nuweso.
d) Sa isang maliit na mangkok, bahagyang talunin ang mga itlog, kulay-gatas, at banilya.
e) Sa isang malaking mangkok, salain ang mga harina. Idagdag ang pinaghalong itlog sa harina. Huwag ganap na pagsamahin. Dahan-dahang idagdag ang pinaghalong puting tsokolate hanggang sa pinagsama.
f) Haluin ang mga raspbaya at ibuhos sa inihatang lata.
g) Maghurno ng humigit-kumulang 1 oras 15 mikulay ng nuweso o hanggang sa lumabas ang isang skewer na malinis.
h) Palamigin ang keik sa lata sa loob ng 20 mikulay ng nuweso. Alisin sa lata at palamig nang buo sa wire rack bago ito balutin ng cling wrap at palamigin sa refrigerator sa loob ng 4 na oras.

PUTI TSOKOLATE BUTTERCREAM:
i) Matunaw ang kremaat puting tsokolate sa 50% na kapangyarihan sa microwave sa loob ng 30 segundong dagdag hanggang makinis. Hayaang lumamig sa loob ng 15 mikulay ng nuweso.
j) Sa isang malaking mangkok, sa katamtamang bilis ng isang electric mixer, kremaang mantikilya hanggang makinis.
k) Idagdag ang icing sugar, isang tasa sa isang pagkakataon, hanggang sa maayos na pinagsama.
l) Idagdag ang puti tsokolate kremamixtures at talunin hanggang sa pinagsama.

26. Hibiscus-Limon Mini Bundt Keik

MGA INGREDIENTS:
- 1 ½ tasang all-purpose na harina, at higit pa para sa pag-aalis ng alikabok
- 1 kutsarita ng baking powder
- ½ kutsarita ng asin
- 1 tasa ng butil na asukal
- 4 kutsarita dahon ng tsaa ng limon-hibiscus, gumuho
- 1 kutsarang pinong gadgad na limon zest, kasama ang 2 kutsarang limon juice (mula sa halos 1 malaking limon)
- 1 ¼ sticks (10 tablespoons) unsalted butter, sa room temperature
- 2 malalaking itlog
- 2 kutsarita purong vanilla extract
- ¾ tasa ng kulay-gatas
- Spray sa pagluluto
- 2 tasang asukal sa mga confectioner
- Jarred na bulaklak ng hibiscus sa syrup, tinadtad, para sa topping, kasama ang 2 kutsarang syrup

MGA TAGUBILIN:

a) Painitin muna ang oven sa 350° F. Ihalo ang harina, baking powder, at asin sa isang medium na mangkok.

b) Talunin ang granulated sugar, crumbled tsaa leaves, at limon zest sa isang malaking mangkok na may mixer sa medium-high speed hanggang sa maayos na pinagsama, mga 1 mikulay ng nuweso. Idagdag ang mantikilya at talunin hanggang sa magaan at mag-atas, i-scrap ang mangkok kung kinakailangan, sa loob ng 3 hanggang 5 mikulay ng nuweso.

c) Talunin ang mga itlog nang paisa-isa hanggang sa pinagsama, pagkatapos ay ihalo sa vanilla. Bawasan ang bilis ng mixer sa mababang at talunin ang pinaghalong harina sa 3 batch, na kahalili ng kulay-gatas. Dagdagan ang bilis sa medium-high at talunin hanggang makinis.

d) Saganang mag-spray ng 6-cup mini Bundt pan na may spray sa pagluluto at alikabok ng harina, na pinapalamig ang anumang labis. Pantay-pantay na hatiin ang batter sa mga tasa, pinupuno ang bawat isa nang halos dalawang-katlo ng paraan.

e) Maghurno hanggang ang mga keik ay maging ginintuang sa itaas at bumalik kapag marahang pinindot, 27 hanggang 32 mikulay ng nuweso. Ilipat ang kawali sa isang rack at hayaang lumamig ang mga keik nang mga 10 mikulay ng nuweso, pagkatapos ay alisin ang mga keik sa rack upang ganap na lumamig.

f) Samantala, haluin ang asukal, limon juice, at hibiscus syrup ng mga confectioner sa isang katamtamang mangkok hanggang makinis at kumakalat. Kung ang Makinang ay masyadong matigas, maaari mo itong payatin ng ilang patak ng tubig.

g) Kutsara ang Makinang sa ibabaw ng mga keik, hayaan itong tumulo sa mga gilid. Itaas ang tinadtad na bulaklak ng hibiscus. Pahintulutan itong mag-set nang hindi bababa sa 20 mikulay ng nuweso.

27. Lavender Matamis Libra Keik

MGA INGREDIENTS:
- 1 tasang pulot
- ¼ tasa sariwang lavender
- 1 tasang unsalted butter, pinalambot
- 1 tasang asukal
- 4 na itlog
- 2 tasang All-Purpose Flour Artisan Blend ni Pamela
- 1 kutsarita ng asin
- 1 kutsarita vanilla extract
- 1 tasang may pulbos na asukal
- 1 kutsarita ng gatas
- ½ tasa ng assortment ng mga nakakain na bulaklak

MGA TAGUBILIN:

a) Ilagay ang pulot at ang lavender sa isang maliit na palayok sa mataas na init. Dalhin sa isang kumulo, pagkatapos ay alisin mula sa init at takpan ng isang oras. Alisin ang lavender at itapon.

b) Painitin muna ang oven sa 350 degrees at mantikilya o mantika ang isang 4-cup na Bundt pan.

c) Sa isang mixer, talunin ang mantikilya, pulot, at asukal hanggang sa magaan at malambot.

d) Idagdag ang mga itlog nang paisa-isa, ganap na isama ang bawat karagdagan.

e) Paghaluin ang All-Purpose Flour Artisan Blend ng Pamela at asin hanggang sa maayos na pagsamahin.

f) Ihalo ang vanilla extract.

g) Maghurno sa loob ng 45 mikulay ng nuweso – 1 oras o hanggang sa malinis na lumabas ang isang toothpick na ipinasok.

h) Upang gawin ang Makinang, haluin ang gatas sa powdered sugar. Ito ay dapat na napakakapal ngunit maaari pa ring magbuhos. Magdagdag ng higit pang gatas kung kinakailangan.

i) Ibuhos ang Makinang sa ganap na pinalamig na keik, pagkatapos ay itaas na may nakakain na mga bulaklak bago ihain.

28. Cocokulay ng nuwes Bundt Keik na may Hibiscus Makinang

MGA INGREDIENTS:
COCOKULAY NG NUWES KEIK:
- 1 tasang langis ng niyog
- 2 tasa ng hilaw na asukal, pulsed
- 3 tasa + 2 kutsarang unbleached all-purpose flour
- 1 kutsarita ng baking soda
- 4 na medium hanggang malalaking itlog
- 1 kutsarang katas ng niyog
- 2 kutsarita ng vanilla extract
- 1 ½ kutsarita ng pinong sea salt
- 1 ½ tasang gata ng niyog
- Pagluluto o baking spray (para takpan ang kawali)

HIBISCUS MAKINANG:
- ¼ tasa ng pinatuyong bulaklak ng hibiscus
- ½ tasang tubig
- 1 tasa+ asukal ng confectioner

SIMPLE SYRUP:
- ¾ tasa ng hilaw na asukal
- ⅔ tasa ng tubig
- 2 kutsarita ng vanilla paste o katas
- ¼ kutsarita ng pinong sea salt

MGA TAGUBILIN:
PARA GAWIN ANG KEIK:
a) Ilagay ang oven rack sa ikatlong baitang ng oven. Painitin muna ang oven sa 325°F. I-spray nang husto ang Bundt pan na may cooking o baking spray.

b) Paghaluin ang langis ng niyog at asukal sa isang stat-up mixer na may whisk attachment sa loob ng 5 mikulay ng nuweso sa katamtamang bilis.

c) Sa isang katamtamang mangkok, haluin ang harina at baking soda.

d) Habang tumatakbo ang mixer, magdagdag ng mga itlog nang paisa-isa. Magdagdag ng katas ng niyog, banilya, at asin. Haluin satali.

e) Itigil ang panghalo, idagdag ang ⅓ ng pinaghalong harina, at ihalo satali. Ibuhos ang kalahati ng gata ng niyog, at ihalo pa ng kaunti.

Ulitin ang proseso sa ⅓ ng pinaghalong harina, at ang natitirang gata ng niyog, at tapusin sa natitirang halo ng harina. Haluin hanggang sa maayos na pinagsama.

f) Ilipat ang batter sa inihatang Bundt keik pan.
g) Maghurno ng 50 mikulay ng nuweso, pagkatapos ay taasan ang temperatura ng oven sa 350°F at maghurno ng karagdagang 5 hanggang 10 mikulay ng nuweso. Suriin kung tapos na gamit ang isang toothpick.
h) Hayaang lumamig ito ng ilang mikulay ng nuweso, butasin ang ilalim ng keik, at lagyan ito ng kalahati ng simpleng syrup. Maghintay ng 10 hanggang 15 mikulay ng nuweso, ilagay ang keik sa isang plato, sundutin ang higit pang mga butas sa itaas, at i-brush ang natitirang syrup sa tuktok at gilid ng keik. Hayaang magpahinga ng karagdagang 10 mikulay ng nuweso.

PARA GAWIN ANG HIBISCUS MAKINANG:
i) Ilagay ang pinatuyong bulaklak ng hibiscus at tubig sa isang maliit na kasirola. Pakuluan ng 20 hanggang 25 mikulay ng nuweso hanggang sa humigit-kumulang ¼ tasa ang tubig.
j) Alisin mula sa init, salain ang likido sa isang medium na mangkok.
k) Magdagdag ng asukal sa likido sa maliit na halaga, at haluin hanggang sa walang mga bukol na natitira. Ayusin ang pagkakapare-pareho na may mas maraming tubig o gata ng niyog para sa isang runnier Makinang o higit pang asukal para sa isang mas makapal. Ibuhos sa ibabaw ng keik.

PARA GAWIN ANG SIMPLE SYRUP:
l) Paghaluin ang lahat ng sangkap sa isang maliit na kasirola at pakuluan.
m) Ibaba ang apoy upang kumulo at magluto ng 2 mikulay ng nuweso.
n) Haluin at lutuin ng dagdag na 2 mikulay ng nuweso.
o) Alisin sa init at hayaang lumamig ng kaunti bago i-brush ang keik.

29.Magnolia Caramel Bundt Keik

MGA INGREDIENTS:
MAGNOLIA KEIK:
- ⅔ tasa ng pili milk
- 1 tasang magnolia tepals (petals)
- 1 ½ tasang gluten-free na harina (katumbas na bahagi ng tapioca starch at puting bigas, kasama ang 1 kutsarita ng xanthan gum para sa bawat 4 na tasa)
- 1 ½ tasa ng pili flour
- ¼ kutsarita ng pinatuyong luya
- ⅔ tasa na walang gatas na mantikilya, sa temperatura ng kuwarto
- 1 kutsarita ng matamis na chickgisantesmiso
- 1 ½ tasa ng butil na asukal
- 2 kutsarita ng baking powder
- 1 kutsarang vanilla patani paste
- 5 malalaking itlog, sa temperatura ng silid

MGA CATIED TEPALS:
- 16 magnolia tepal
- 1 puti ng itlog
- 1 kutsarita ng vodka
- Granulated sugar

MAKINANG:
- ½ tasa na walang gatas na mantikilya, sa temperatura ng kuwarto
- ¾ tasa ng brown sugar
- 3 kutsarang pili milk
- 2 tasang powdered sugar

MGA TAGUBILIN:
a) Painitin muna ang oven sa 325°F. Lubusan na grasa ang isang 10-cup bundt pan.
b) Haluin ang pili milk at magnolia tepal sa isang blender hanggang makinis. Itabi.
c) Pagsamahin ang gluten-free na harina, pili flour, at pinatuyong luya sa isang medium na mangkok.
d) Sa isa pang mangkok, paghaluin ang dairy-free butter at miso. Magdagdag ng baking powder, vanilla, at granulated sugar; talunin

hanggang makinis at malambot. Magdagdag ng mga itlog nang paisa-isa, matalo nang mabuti pagkatapos ng bawat karagdagan.

e) Magdagdag ng ⅓ ng pinaghalong harina, talunin hanggang sa pinagsama, pagkatapos ay idagdag ang kalahati ng gatas ng magnolia at talunin hanggang sa pinagsama. Magpatuloy sa paghahalo, simula at magtatapos sa pinaghalong harina. Siguraduhing maayos ang lahat bago ibuhos ang batter sa bundt pan.

f) Maghurno ng 50-60 mikulay ng nuweso, lampas lang sa punto kung saan ang isang toothpick na ipinasok ay lumabas na malinis. (Ang panloob na temperatura ay dapat na 210°F o bahagyang mas mataas)

GUMAWA NG CATIED MAGNOLIA TEPALS

g) Talunin ang puti ng itlog na may vodka hanggang sa makinis. Gumamit ng malinis na paintbrush upang ipinta ang magkabilang panig ng magnolia tepal na may pinaghalong, pindutin ito sa isang plato ng asukal, i-flip, at pindutin ang kabilang panig upang mabalutan. Ulitin sa natitirang mga tepal.

h) Hayaang lumamig ang keik sa kawali sa loob ng 15 mikulay ng nuweso bago ito ilagay sa isang rack upang ganap na lumamig.

i) Gawin ang Makinang habang lumalamig ang keik. Pakuluan ang vegan butter, brown sugar, at pili milk sa isang kasirola sa mahinang apoy. Haluin hanggang matunaw ang brown sugar. Alisin mula sa init at magdagdag ng may pulbos na asukal sa isang tasa sa isang pagkakataon, whisking mabuti hanggang makinis, pagkamit ng isang "drizzle" consistency.

j) Ibuhos ang Makinang sa mainit na keik at ikalat ito nang pantay-pantay. Ilagay ang mga matamis na petals ng magnolia sa keik habang ang frosting ay mainit pa, dahil ito ay magtatakda habang ito ay lumalamig.

30. Seresa Namumulaklak Bundt Keik

MGA INGREDIENTS:
SAKURA SPRINKLES:
- 1 malaking puti ng itlog
- 2 ¼ tasa ng organic powdered sugar (282g)
- 1 kutsarita purong vanilla extract
- 1 kutsarita ng Sakura extract (maaaring palitan ang rose water o orange namumulaklak)
- 1-2 kutsarita ng tubig, kung kinakailangan
- Pangkulay ng pagkain ng gel: iba't ibang kulay ng rosas

SERESA NAMUMULAKLAK CONFETTI KEIK:
- 1 tasang unsalted butter, pinalambot (226g)
- 2 tasang granulated sugar (400g)
- ⅓ tasa ng pinong langis ng niyog (72g)
- 2 kutsarita purong vanilla extract
- 2 kutsarita ng Sakura extract (maaaring palitan ang rose water o orange namumulaklak)
- 1 kutsarita ng pinong sea salt
- 2 kutsarita ng baking powder
- 4 malalaking puti ng itlog, sa temperatura ng kuwarto
- 360 g na harina ng keik (mga 3 tasa, kalugin ang harina iwiwisik ito sa tasa ng panukat, at i-level ang tasa)
- 1 tasang Sakura sprinkles (mula sa itaas)

KULAY ROSAS SAKURA MAKINANG:
- 1 tasang powdered sugar (113g)
- 1-2 kutsarang dugo orange juice o frozen raspbaya puree (tinatanggal ang mga buto)
- 1 kutsarita ng Sakura extract

MGA TAGUBILIN:
SAKURA SPRINKLES:
a) Grasa ang tatlong cookie sheet at lagyan ng parchment paper ang mga ito. Maghata ng piping bag na nilagyan ng dalawang butas na piping tip; buksan ang bag sa kalahati at ilagay ito nang nakabaligtad sa isang walang laman na tasa.

b) Pagsamahin ang puti ng itlog, powdered sugar, vanilla, at Sakura extract. Ayusin ang pagkakapare-pareho sa tubig hanggang sa ito ay maging katulad ng 'glue'.
c) Paghiwalayin ang i-paste sa tatlong mangkok at kulayan ang bawat isa na may ibang lilim ng rosas. Pipe lines ng paste papunta sa mga cookie sheet, simula sa pinakamaliwanag na kulay rosas at umuusad hanggang sa pinakamadilim. Hayaang matuyo magdamag.
d) Sa susunod na araw, hatiin ang mga tumigas na stick sa maliliit na piraso. Itabi hanggang hata nang gamitin.

SERESA NAMUMULAKLAK CONFETTI KEIK:
e) Painitin muna ang oven sa 350°F. Grasa ang isang 10-cup bundt pan na may baking spray.
f) Sa isang stat mixer, talunin ang mantikilya, langis ng niyog, asin, asukal, mga extract, at baking powder hanggang sa malambot (hindi bababa sa limang mikulay ng nuweso).
g) Magdagdag ng mga puti ng itlog nang paisa-isa, matalo nang mabuti pagkatapos ng bawat karagdagan. Talunin ng ilang mikulay ng nuweso pagkatapos maisama ang lahat ng mga itlog.
h) Salain sa keik flour sa ibabaw ng batter at ihalo ito gamit ang rubber spatula. Ibuhos sa kefir habang ang panghalo ay nakabukas, matalo hanggang sa ganap na pinagsama.
i) I-fold sa Sakura sprinkles na may rubber spatula. Ibuhos ang batter sa bundt pan at maghurno ng humigit-kumulang 45 mikulay ng nuweso o hanggang sa bumabalik ang gitna kapag pinindot.
j) Hayaang lumamig ang keik sa kawali sa loob ng 5-10 mikulay ng nuweso, pagkatapos ay ilagay ito sa isang plato upang ganap na lumamig.

KULAY ROSAS SAKURA MAKINANG:
k) Pagsamahin ang lahat ng mga sangkap ng Makinang upang bumuo ng isang i-paste. Ayusin ang kapal na may juice.
l) Ibuhos ang Makinang sa pinalamig na bundt keik. Magdagdag ng natitirang sprinkles sa itaas.
m) Panatilihin ang keik sa isang lalagyan ng airtight sa temperatura ng silid nang hanggang 3 araw para sa pinakamainam na pagiging

bago. Tangkilikin ang masarap na lasa at nakamamanghang hitsura ng Seresa Namumulaklak Bundt Keik na ito!

31.Limon Ginger Bundt Keik

MGA INGREDIENTS:
PARA SA KEIK:
- 2 ½ tasang harina
- ½ kutsarita ng baking soda
- ½ kutsarita ng baking powder
- 1 kutsarita ng asin
- 1 tasa ng mantikilya, sa temperatura ng kuwarto
- 1 ½ tasa ng asukal
- 1 tasa ng ricotta
- 2 kutsarang limon zest (mula sa halos dalawang limon)
- 2 kutsarang bagong gadgad na luya (o 4 na kutsarang giniling na luya)
- 4 na itlog, sa temperatura ng silid
- ½ tasa ng limon juice (mula sa mga 1 ½ limon)

PARA SA MAKINANG:
- 2 tasang may pulbos na asukal, sinala
- 1 kutsarang limon zest
- 4 na kutsarang limon juice

MGA TAGUBILIN:
a) Painitin ang oven sa 350 degrees. Hugasan nang husto ang isang 10-cup bundt pan na may mantikilya at harina.
b) Sa isang katamtamang mangkok, haluin ang harina, baking soda, baking powder, at asin. Kung gumagamit ng giniling na luya, idagdag ito sa pinaghalong harina sa puntong ito.
c) Sa isang malaking mangkok, gamit ang isang hat mixer o isang electric mixer, talunin ang mantikilya hanggang sa mag-atas at makinis. Dahan-dahang idagdag ang asukal at talunin sa medium speed hanggang mahimulmol.
d) Idagdag ang ricotta, limon zest, at gadgad na luya. Talunin hanggang pinagsama; maaaring mukhang bahagyang hiwalay, ngunit ayos lang.
e) Idagdag ang mga itlog nang paisa-isa, matalo hanggang mawala ang mga pula.
f) Habang hinahalo sa mababang bilis, idagdag ang pinaghalong harina na halili sa limon juice, simula at nagtatapos sa harina.
g) Ilagay ang batter sa inihatang bundt keik pan at pakinisin ang ibabaw gamit ang spatula. Tapikin ang kawali nang ilang beses upang mabawasan ang mga bula.
h) Maghurno sa loob ng 40-45 mikulay ng nuweso o hanggang sa lumabas na malinis ang isang toothpick na ipinasok. Hayaang lumamig ang keik sa kawali sa wire rack sa loob ng 10-20 mikulay ng nuweso. Dahan-dahang kalugin ang keik pan upang lumuwag ito, pagkatapos ay i-invert ito sa wire rack at hayaan itong lumamig nang buo.
i) Samantala, ihata ang Makinang. Sa isang medium bowl, haluin ang powdered sugar, limon zest, at limon juice hanggang makinis.
j) Ibuhos ang Makinang sa pinalamig na keik at hayaan itong mag-set. Enjoy!

32.Rose Pistachio Bundt Keik

MGA INGREDIENTS:
- 2 1/2 tasa ng all-purpose na harina
- 1/2 kutsarita ng baking powder
- 1/2 kutsarita ng baking soda
- 1/4 kutsarita ng asin
- 1 tasa unsalted butter, temperatura ng kuwarto
- 2 tasang granulated sugar
- 4 na itlog
- 1 kutsarita vanilla extract
- 1 kutsarita ng rosas na tubig
- 1 tasang buttermilk
- 1 tasang pistachios, pinong tinadtad
- 2 kutsarang pinatuyong rose petals (nakakain)

MAKINANG:
- 1 tasang may pulbos na asukal
- 2-3 kutsarang gatas
- 1/2 kutsarita ng rosas na tubig
- Dinurog na pistachios at rose petals para sa dekorasyon

MGA TAGUBILIN:

a) Painitin ang oven sa 350°F (175°C). Grasa at harina ang isang bundt pan.
b) Pagsamahin ang harina, baking powder, baking soda, at asin.
c) Kremang mantikilya at asukal hanggang sa magaan at malambot. Magdagdag ng mga itlog, isa-isa, pagkatapos ay ihalo sa vanilla at rose water. Salit-salit na magdagdag ng mga tuyong sangkap at buttermilk, na nagsisimula at nagtatapos sa mga tuyong sangkap. Tiklupin sa pistachios.
d) Ibuhos ang batter sa inihatang kawali. Iwiwisik ang mga talulot ng rosas sa ibabaw ng batter at dahan-dahang ihalo sa isang skewer upang lumikha ng isang marmol na epekto.
e) Maghurno ng 50-60 mikulay ng nuweso o hanggang sa malinis na lumabas ang isang toothpick na ipinasok. Palamigin sa kawali sa loob ng 10 mikulay ng nuweso, pagkatapos ay i-invert sa isang wire rack upang ganap na lumamig.
f) Para sa Makinang, haluin ang powdered sugar, gatas, at rose water hanggang makinis. Ibuhos ang pinalamig na keik at palamutihan ng dinurog na pistachios at rose petals.

33.Earl Grey Tsaa Bundt Keik

MGA INGREDIENTS:
- 3 tasang all-purpose na harina
- 1 kutsarita ng baking powder
- 1/2 kutsarita ng baking soda
- 1/2 kutsarita ng asin
- 1 tasang unsalted butter, pinalambot
- 2 tasang granulated sugar
- 4 na itlog
- 2 kutsarang Earl Grey na dahon ng tsaa (pinong giniling)
- 1 kutsarita vanilla extract
- 1 tasang gatas

MAKINANG:
- 1 tasang may pulbos na asukal
- 2-3 kutsarang tinimplang Earl Grey tsaa (pinalamig)

MGA TAGUBILIN:

a) Painitin ang oven sa 350°F (175°C). Grasa at harina ang isang bundt pan.

b) Paghaluin ang harina, baking powder, baking soda, at asin. Itabi.

c) Kremang mantikilya at asukal hanggang sa magaan at malambot. Magdagdag ng mga itlog, isa-isa, pagkatapos ay banilya. Ihalo sa giniling na dahon ng tsaa.

d) Salit-salit na magdagdag ng mga tuyong sangkap at gatas sa batter, nagsisimula at nagtatapos sa mga tuyong sangkap.

e) Ibuhos ang batter sa inihatang kawali. Maghurno ng 55-65 mikulay ng nuweso o hanggang sa malinis ang toothpick. Palamigin sa kawali, pagkatapos ay i-invert sa isang wire rack.

f) Para sa Makinang, haluin ang powdered sugar na may brewed tsaa hanggang makinis. Ibuhos ang pinalamig na keik.

34.Orange Namumulaklak Pili Bundt Keik

MGA INGREDIENTS:
- 2 3/4 tasa ng all-purpose na harina
- 1 kutsarita ng baking powder
- 1/2 kutsarita ng baking soda
- 1/4 kutsarita ng asin
- 1 tasang unsalted butter, pinalambot
- 2 tasang granulated sugar
- 5 itlog
- 2 kutsarita ng orange namumulaklak water
- Sarap ng 1 orange
- 1 tasa ng kulay-gatas
- 1 tasang pili flour

MAKINANG:
- 1 tasang may pulbos na asukal
- 3-4 na kutsarang orange juice
- 1/2 kutsarita ng orange namumulaklak water

MGA TAGUBILIN:

a) Painitin ang oven sa 350°F (175°C). Grasa at harina ang isang bundt pan.

b) Paghaluin ang all-purpose flour, baking powder, baking soda, at asin.

c) Kremang mantikilya at asukal hanggang mahimulmol. Magdagdag ng mga itlog, isa-isa, pagkatapos ay orange namumulaklak water at zest. Salit-salit na paghaluin ang mga tuyong sangkap at kulay-gatas, simula at nagtatapos sa mga tuyong sangkap. I-fold sa pili flour.

d) Ibuhos sa bundt pan. Maghurno ng 60-70 mikulay ng nuweso o hanggang sa lumabas ang isang tester na malinis. Palamig, pagkatapos ay i-invert sa isang rack.

e) Para sa Makinang, paghaluin ang powdered sugar, orange juice, at orange namumulaklak water. Ayusin ang pagkakapare-pareho sa mas maraming juice o asukal kung kinakailangan. Ambon sa ibabaw ng keik.

35.Sage at Citrus Bundt Keik

MGA INGREDIENTS:
- 3 tasang all-purpose na harina
- 2 kutsarita ng baking powder
- 1/2 kutsarita ng baking soda
- 1/2 kutsarita ng asin
- 1 tasa unsalted butter, temperatura ng kuwarto
- 2 tasang granulated sugar
- 4 na itlog
- 1 kutsarang sariwang sambong, pinong tinadtad
- 2 kutsarang citrus zest (limon, lime, at orange mix)
- 1 tasang buttermilk
- Juice ng 1 limon

MAKINANG:
- 1 tasang may pulbos na asukal
- 2 kutsarang citrus juice (halo ng limon, kalamansi, at orange)
- Mga dahon ng sage para sa dekorasyon

MGA TAGUBILIN:

a) Painitin ang oven sa 350°F (175°C). Grasa at harina ang isang bundt pan.
b) Pagsamahin ang harina, baking powder, baking soda, at asin.
c) Sa isang malaking mangkok, pagsamahin ang mantikilya at asukal hanggang sa magaan at malambot. Talunin ang mga itlog, isa-isa, pagkatapos ay ihalo sa sage at citrus zest. Salit-salit na magdagdag ng mga tuyong sangkap at buttermilk sa batter, nagsisimula at nagtatapos sa mga tuyong sangkap. Ihalo sa limon juice.
d) Ibuhos ang batter sa inihatang kawali. Maghurno ng 55-65 mikulay ng nuweso, hanggang sa lumabas na malinis ang isang toothpick na ipinasok. Hayaang lumamig, pagkatapos ay i-invert sa isang rack.
e) Para sa Makinang, haluin ang powdered sugar at citrus juice hanggang makinis. Ibuhos ang pinalamig na keik at palamutihan ng dahon ng sambong.

36. Cardamom Pear Bundt Keik

MGA INGREDIENTS:
- 3 tasang all-purpose na harina
- 1 kutsarita ng baking powder
- 1/2 kutsarita ng baking soda
- 1/4 kutsarita ng asin
- 2 kutsarita ng ground cardamom
- 1 tasa unsalted butter, temperatura ng kuwarto
- 2 tasang granulated sugar
- 4 na itlog
- 1 kutsarita vanilla extract
- 1 tasa ng kulay-gatas
- 2 peras, binalatan, tinadtad, at diced

MAKINANG:
- 1 tasang may pulbos na asukal
- 2-3 kutsarang gatas
- 1/2 kutsarita vanilla extract

MGA TAGUBILIN:

a) Painitin ang oven sa 350°F (175°C). Grasa at harina ang isang bundt pan.

b) Sa isang mangkok, haluin ang harina, baking powder, baking soda, asin, at cardamom.

c) Sa isang malaking mangkok, kremabutter at asukal hanggang sa magaan at malambot. Talunin ang mga itlog, isa-isa, pagkatapos ay ihalo sa vanilla. Dahan-dahang idagdag ang pinaghalong harina, alternating na may kulay-gatas, simula at nagtatapos sa harina. Tiklupin sa diced peras.

d) Ibuhos ang batter sa inihatang kawali. Maghurno ng 60-70 mikulay ng nuweso o hanggang sa malinis na lumabas ang isang toothpick na ipinasok. Palamigin sa kawali sa loob ng 10 mikulay ng nuweso, pagkatapos ay i-invert sa isang wire rack upang ganap na lumamig.

e) Para sa Makinang, haluin ang powdered sugar, gatas, at vanilla hanggang makinis. Ibuhos ang pinalamig na keik.

37. Thyme at Matamis Melokoton Bundt Keik

MGA INGREDIENTS:
- 3 tasang all-purpose na harina
- 1 kutsarita ng baking powder
- 1/2 kutsarita ng baking soda
- 1/4 kutsarita ng asin
- 1 tasang unsalted butter, pinalambot
- 1 1/2 tasa ng granulated sugar
- 1/2 tasa ng pulot
- 4 na itlog
- 2 kutsarita sariwang dahon ng thyme
- 1 kutsarita vanilla extract
- 1 tasa ng Greek yogurt
- 2 melokoton, binalatan at hiniwa

MAKINANG:
- 1 tasang may pulbos na asukal
- 2 kutsarang melokoton juice o gatas
- 1 kutsarang pulot

MGA TAGUBILIN:
a) Painitin ang oven sa 350°F (175°C). Grasa at harina ang isang bundt pan.
b) Paghaluin ang harina, baking powder, baking soda, at asin.
c) Sa isang malaking mangkok, pagsamahin ang mantikilya, asukal, at pulot hanggang sa malambot. Talunin ang mga itlog, isa-isa, pagkatapos ay idagdag ang thyme at vanilla. Halili halili sa mga tuyong sangkap at Greek yogurt. Tiklupin sa diced melokoton.
d) Ibuhos sa inihatang kawali. Maghurno ng 55-65 mikulay ng nuweso o hanggang sa malinis ang toothpick. Palamigin sa kawali, pagkatapos ay i-invert sa isang rack.
e) Para sa Makinang, pagsamahin ang powdered sugar, melokoton juice o gatas, at matamis. Ayusin ang pagkakapare-pareho kung kinakailangan. Ambon sa ibabaw ng keik.

38.Jasmine Berde Tsaa Bundt Keik

MGA INGREDIENTS:
- 3 tasang all-purpose na harina
- 1 1/2 kutsarita ng baking powder
- 1/2 kutsarita ng baking soda
- 1/4 kutsarita ng asin
- 1 tasa unsalted butter, temperatura ng kuwarto
- 2 tasang granulated sugar
- 4 na itlog
- 2 kutsarang jasmine berde tsaa leaves (pinong giniling)
- 1 kutsarita vanilla extract
- 1 tasang buttermilk

MAKINANG:
- 1 tasang may pulbos na asukal
- 2-3 kutsarang brewed jasmine berde tsaa (pinalamig)

MGA TAGUBILIN:

a) Painitin ang oven sa 350°F (175°C). Grasa at harina ang isang bundt pan.

b) Pagsamahin ang harina, baking powder, baking soda, at asin.

c) Sa isang malaking mangkok, kremabutter at asukal hanggang sa magaan at malambot. Magdagdag ng mga itlog, isa-isa, pagkatapos ay ihalo sa giniling na dahon ng tsaa at banilya. Salit-salit na magdagdag ng mga tuyong sangkap at buttermilk, na nagsisimula at nagtatapos sa mga tuyong sangkap.

d) Ibuhos ang batter sa kawali. Maghurno ng 55-65 mikulay ng nuweso o hanggang sa malinis ang toothpick. Hayaang lumamig sa kawali, pagkatapos ay i-invert sa wire rack.

e) Para sa Makinang, haluin ang powdered sugar na may brewed tsaa hanggang makinis. Ibuhos ang pinalamig na keik, hayaan itong mag-set bago ihain.

KULAY NG NUWESTY BUNDT KEIKS

39.Praline Bundt Keik

MGA INGREDIENTS:
- 3 tasang all-purpose na harina
- 1 kutsarita ng baking soda
- 1 kutsarita kosher salt
- 1½ tasang brown sugar
- 1½ tasa ng butil na asukal
- 1½ tasa (3 sticks) unsalted butter, sa room temperature
- 5 malalaking itlog
- 1 tasang buttermilk
- 1 kutsarang vanilla extract

PARA SA ICING:
- 5 kutsarang unsalted butter
- 1 tasang brown sugar
- 1¼ tasang may pulbos na asukal
- ¼ tasa ng evaporated milk
- 1 kutsarita vanilla extract
- 1 tasang tinadtad na pecan

MGA TAGUBILIN:

a) Painitin muna ang oven sa 325 degrees F. I-spray ang isang malaking Bundt pan na may nonstick cooking spray.

b) Sa isang malaking mangkok ng paghahalo, salain ang harina, baking soda, at asin nang magkasama. Ilagay sa gilid.

c) Sa isang hiwalay na malaking mangkok, pagsamahin ang mga asukal at unsalted butter. Haluin hanggang maging magata at mag-atas, pagkatapos ay simulan ang pagdaragdag ng mga itlog nang paisa-isa. Haluin hanggang sa maayos na pinagsama.

d) Paghalili sa pagdaragdag ng buttermilk at mga tuyong sangkap sa mangkok na may pinaghalong mantikilya-at-itlog hanggang sa makapasok ang lahat. Siguraduhing paghaluin sa mababang bilis. Susunod, idagdag ang vanilla at tiklupin sa batter.

e) Ibuhos ang keik batter sa inihatang kawali at iling para maalis ang anumang air pockets. I-bake ang keik sa loob ng 1 oras hanggang 1 oras at 15 mikulay ng nuweso, hanggang sa maging golden brown ito. Alisin sa oven at hayaang lumamig sa kawali ng 20 mikulay ng nuweso bago alisin ang keik sa kawali.

f) Upang gawin ang icing, matunaw ang mantikilya sa isang medium na kasirola sa katamtamang init. Idagdag ang brown sugar at powdered sugar. Ibuhos ang evaporated milk, at haluin. Hayaang bula sa loob ng 2 mikulay ng nuweso, pagkatapos ay patayin ang apoy. Idagdag ang vanilla at iwiwisik ang pecans. I-fold ang mga sangkap, pagkatapos ay hayaang umupo ng 20 mikulay ng nuweso.

g) Ibuhos ang pecan icing sa buong keik, at hayaang tumayo ang keik nang hindi bababa sa 30 mikulay ng nuweso bago ihain.

40. Peakulay ng nuwes Butter At Jelly Pag-inog Bundt Keik

MGA INGREDIENTS:
- 2½ tasang All-purpose na harina
- 1½ kutsarita ng baking powder
- 1 kutsarita ng baking soda
- ½ kutsarita ng Asin
- ½ tasa unsalted butter; sa temperatura ng silid
- 2 tasang Asukal
- ¼ tasa Chunky-style na peakulay ng nuwes butter
- 2 kutsarita ng vanilla extract
- 3 malalaking Itlog
- 1 tasa ng gatas na kulay-gatas
- ½ tasang Grape Jelly

MGA TAGUBILIN:

a) Painitin ang hurno sa 350 degrees. Ilagay ang baking rack sa ikatlong ibaba ng oven. Pagsamahin ang harina, baking powder, baking soda, at asin; itabi.

b) Sa isang malaking mangkok ng isang electric mixer, haluin ang mantikilya at asukal hanggang sa magaan at malambot.

c) Magdagdag ng peakulay ng nuwes butter at vanilla, paghaluin hanggang sa mahusay na pinagsama. Magdagdag ng mga itlog, paisa-isa, paghaluin hanggang sa maisama.

d) Talunin sa kulay-gatas. Bawasan ang mixer sa pinakamababang bilis at unti-unting idagdag ang pinaghalong harina, paghahalo hanggang sa mahalo lang.

e) Ilagay ang kalahati ng batter (mga 3 tasa) sa isang 12-cup na kawali na Bundt na may mantika.

f) Dollop 3 T. ng halaya sa ibabaw ng batter, iniiwasan ang mga gilid ng kawali. Bahagyang pukawin ang halaya sa batter gamit ang isang skewer o manipis na talim na kutsilyo. Ilagay ang natitirang batter sa isang kawali at i-dollop at i-pag-inog ang natitirang jelly sa batter.

g) Maghurno ng 1 oras o hanggang sa lumabas na malinis ang isang kahoy na pick na ipinasok sa gitna.

h) Hayaang lumamig ang keik sa kawali sa loob ng 10 min., pagkatapos ay i-invert sa wire rack.

i) Ihain nang mainit o sa temperatura ng kuwarto.

41.Maple Walkulay ng nuwes Streusel Bundt Keik

MGA INGREDIENTS:
PARA SA KEIK:
- 1 box yellow keik mix
- ½ tasang unsalted butter, natunaw
- 1 tasa ng kulay-gatas
- ½ tasa purong maple syrup
- 3 malalaking itlog
- 1 kutsarita vanilla extract

PARA SA STREUSEL TOPPING:
- ½ tasang all-purpose na harina
- ¼ tasa ng butil na asukal
- ¼ tasa unsalted butter, malamig at cube
- ½ tasa tinadtad na mga walkulay ng nuwess

MGA TAGUBILIN:

a) Painitin muna ang oven sa 350°F (175°C) at lagyan ng grasa ang isang bundt keik pan.

b) Sa isang malaking mixing bowl, pagsamahin ang yellow keik mix, tinunaw na mantikilya, sour cream, maple syrup, itlog, at vanilla extract. Haluin hanggang sa maayos at makinis.

c) Ibuhos ang kalahati ng batter sa inihatang bundt keik pan at ikalat ito nang pantay-pantay.

d) Para gawin ang streusel topping, sa isang hiwalay na mangkok, paghaluin ang all-purpose flour at granulated sugar. Idagdag ang malamig na cubed butter at gumamit ng tinidor o pastry cutter upang isama ito hanggang sa gumuho. Paghaluin ang tinadtad na mga walkulay ng nuwess.

e) Budburan ang kalahati ng streusel topping sa ibabaw ng keik batter sa kawali.

f) Ibuhos ang natitirang keik batter sa ibabaw ng streusel layer at ikalat ito nang pantay-pantay.

g) Itaas ang natitirang streusel mixture.

h) I-bake ang keik sa loob ng 45-50 mikulay ng nuweso o hanggang sa lumabas na malinis ang isang toothpick na ipinasok sa gitna.

i) Hayaang lumamig ang keik sa kawali nang mga 15 mikulay ng nuweso bago ito ilipat sa wire rack upang ganap na lumamig.

42.Kulay ng nuwesty Banoffee Bundt Keik

MGA INGREDIENTS:
- 1 Package Krustsaaz Cinnamon Pag-inog Crumb Keik at Muffin Mix
- 1 Itlog
- ⅔ Tasa ng Tubig
- 1 kutsarita Vanilla extract
- ½ tasang tinadtad na pecan
- ¼ Cup Toffee bits
- 2 hinog na saging, minasa
- ¼ tasang caramel sarsa
- Spray sa pagluluto

MGA TAGUBILIN:
a) Painitin ang oven sa 350°F. Bahagyang grasa ang isang 6-cup bundt pan na may cooking spray.
b) Sa isang mangkok, pagsamahin ang pinaghalo ng keik, itlog, tubig, vanilla extract, ¼ tasa ng tinadtad na pecans, toffee bits, at minasa na saging hanggang sa maisama. Ang batter ay magiging bahagyang bukol.
c) Ilagay ang kalahati ng batter sa inihatang bundt pan at ikalat ito nang pantay-pantay. Budburan ang kalahati ng cinnamon topping pouch sa batter. Ilagay ang natitirang batter sa maliliit na kutsara sa ibabaw ng topping layer at ikalat ito sa gilid ng kawali. Iwiwisik nang pantay-pantay ang natitirang topping sa batter.
d) Maghurno sa preheated oven sa loob ng 40-45 mikulay ng nuweso o hanggang sa malinis na lumabas ang isang toothpick na inilagay sa gitna.
e) Palamigin ang keik sa loob ng 5-10 mikulay ng nuweso. Paluwagin ang mga gilid ng keik mula sa kawali gamit ang isang butter knife at maingat na i-invert ito sa isang serving pgatasr.
f) Drizzle ang keik na may caramel sarsa at palamutihan ng natitirang tinadtad na pecans.

43.Makinangd Pili Bundt Keik

MGA INGREDIENTS:
PARA SA KEIK:
- 2 ½ tasang all-purpose na harina
- ½ tasa ng ground pili
- 2 kutsarita ng baking powder
- ½ kutsarita ng asin
- 1 tasa ng mantikilya, pinalambot
- 2 tasang puting asukal
- 4 na itlog
- 1 ⅔ kutsarita ng vanilla extract
- 1 ½ kutsarita ng pili extract
- 1 tasang gatas

PARA SA MAKINANG:
- ¼ tasa ng gatas
- ¾ tasa puting asukal
- ½ kutsarita pili extract
- ½ tasang hiniwang almendras

MGA TAGUBILIN:

a) Painitin muna ang oven sa 350 degrees F (175 degrees C). Grasa at harina ang isang 10-pulgadang Bundt pan.
b) Sa isang mangkok, paghaluin ang harina, ground pilis, baking powder, at asin.
c) Sa isang malaking mangkok, pagsamahin ang mantikilya at asukal hanggang sa magaan at malambot.
d) Talunin ang mga itlog, isa-isa, pagkatapos ay ihalo ang vanilla at pili extract.
e) Talunin ang pinaghalong harina na halili sa gatas, paghahalo lamang hanggang sa maisama.
f) Ibuhos ang batter sa inihatang Bundt pan. Maghurno sa preheated oven sa loob ng 60 hanggang 70 mikulay ng nuweso, o hanggang malinis ang isang toothpick na ipinasok sa gitna ng keik.
g) Palamigin ng 10 mikulay ng nuweso, pagkatapos ay baligtarin sa wire rack at palamig ng 10 mikulay ng nuweso pa.
h) Samantala, gawin ang **MAKINANG:** Pagsamahin ang gatas, asukal, pili extract, at hiniwang pili sa isang mangkok.
i) Ilagay ang wire rack at keik sa ibabaw ng isang sheet ng waxed paper. Ibuhos ang Makinang sa mainit na keik.

44. Pistachio Bundt Keik

MGA INGREDIENTS:
PARA SA PISTACHIO KEIK:
- 2 ½ tasa (312 g) all-purpose na harina
- 2 kutsarita ng baking powder
- ½ kutsarita ng asin
- ½ tasa ng shelled at ground pistachios
- 1 tasa (226 g) unsalted butter, temperatura ng kuwarto
- 2 tasa (400 g) granulated sugar
- 4 malalaking itlog, temperatura ng silid
- 2 kutsarita ng pistachio extract (tingnan ang mga tala)
- 1 kutsarita vanilla extract
- 1 tasa (240 ml) buong gatas, temperatura ng kuwarto

PARA SA VANILLA ICING:
- 1 ½ tasa (180 g) asukal ng mga confectioner, sinala
- 1-2 kutsarang gatas
- 1 kutsarita purong vanilla extract
- ½ tasa ng shelled pistachios, para sa dekorasyon

MGA TAGUBILIN:
a) Painitin muna ang oven sa 350° F. Grasa at harina ang isang 10-pulgadang bundt pan.
b) Pagsamahin ang harina, baking powder, asin, at ground pistachios. Itabi.
c) Sa mangkok ng isang stat mixer (o gamit ang isang hat mixer), pagsamahin ang mantikilya at asukal hanggang sa magaan at mag-atas, mga 2 mikulay ng nuweso.
d) Magdagdag ng mga itlog nang paisa-isa, matalo nang mabuti pagkatapos ng bawat karagdagan. Kuskusin ang mga gilid at ibaba ng mangkok kung kinakailangan. Paghaluin ang pistachio extract at vanilla extract.
e) Paghalili sa pagdaragdag ng pinaghalong harina at ang gatas, tinatapos at nagtatapos sa pinaghalong harina. Huwag mag-overmix.

MAGBAKE NG KEIK:
f) Ibuhos ang batter sa inihatang kawali. Maghurno sa 350° F sa loob ng 60 hanggang 70 mikulay ng nuweso, o hanggang malinis ang isang toothpick na ipinasok sa gitna ng keik. Palamigin sa kawali sa loob ng 10 mikulay ng nuweso, pagkatapos ay i-invert sa wire rack upang ganap na lumamig.

GAWIN ANG ICING:
g) Paghaluin ang asukal, gatas, at vanilla extract ng mga confectioner. Ibuhos ang pinalamig na keik at palamutihan ng mga shelled pistachios.
h) Kapag naayos na ang icing, hiwain at ihain itong masarap na Pistachio Bundt Keik.

45.Pecan Pie Bundt Keik

MGA INGREDIENTS:
PARA SA KEIK:
- 2 kutsarang mantikilya
- 1 tasa ng pinong tinadtad na pecan
- 1 tasang unsalted butter, pinalambot
- 1 ¾ tasa ng granulated sugar
- 1 kutsarang vanilla extract
- 4 malalaking itlog
- 2 tasang all-purpose na harina
- 1 kutsarita ng baking powder
- ¾ tasa Orange Namumulaklak Matamis
- ½ tasa ng buong buttermilk

PARA SA DRIZZLE:
- ½ tasa na mahigpit na nakaimpake na light brown na asukal
- ¼ tasa ng unsalted butter
- 2 kutsarang coffee creamer (mas gusto ang lasa ng Hazelkulay ng nuwes)
- Kurot ng asin

MGA TAGUBILIN:
a) Painitin muna ang oven sa 325°F.

PARA SA KEIK:
b) Pahiran ng mantikilya ang 10-tasang Kugelhopf Bundt Pan. Pagwiwisik ng mga pecan sa kawali at paikutin ang kawali upang mabalot. Iwanan ang natitirang mga pecan sa ilalim ng kawali, na tinitiyak ang pantay na pamamahagi.
c) Gamit ang stat mixer, talunin ang mantikilya, asukal, at banilya sa katamtamang bilis hanggang mahimulmol, mga 4 hanggang 5 mikulay ng nuweso, huminto sa pagkayod sa mga gilid ng mangkok.
d) Magdagdag ng mga itlog nang paisa-isa, matalo nang mabuti pagkatapos ng bawat karagdagan.
e) Sa isang katamtamang mangkok, haluin ang harina at baking powder. Sa isang maliit na mangkok, paghaluin ang matamis at buttermilk.
f) Dahan-dahang idagdag ang pinaghalong harina sa pinaghalong mantikilya na kahalili sa pinaghalong buttermilk, na nagsisimula at nagtatapos sa pinaghalong harina. Talunin lamang hanggang sa pinagsama pagkatapos ng bawat karagdagan.
g) Ilagay ang batter sa inihatang kawali.
h) Maghurno hanggang sa lumabas ang isang kahoy na pick na nakapasok malapit sa gitna na may ilang basa-basa na mumo, mga 1 oras.
i) Hayaang lumamig ang keik sa kawali sa loob ng 10 mikulay ng nuweso. Baligtarin ang keik sa isang wire rack at hayaan itong lumamig ng karagdagang 30 mikulay ng nuweso.

PARA SA DRIZZLE:
j) Sa isang maliit na kasirola, pakuluan ang brown sugar, butter, coffee creamer, at asin.
k) Alisin mula sa init at dahan-dahang ibuhos ang halo sa mainit na keik.

46.Hazelkulay ng nuwes Tsokolate Pag-inog Bundt Keik

MGA INGREDIENTS:
- 2 1/2 tasa ng all-purpose na harina
- 1/2 kutsarita ng baking powder
- 1/2 kutsarita ng baking soda
- 1/4 kutsarita ng asin
- 1 tasa unsalted butter, temperatura ng kuwarto
- 2 tasang granulated sugar
- 4 na itlog
- 1 kutsarita vanilla extract
- 1 tasa ng kulay-gatas
- 1 tasang hazelkulay ng nuwess, inihaw at pinong tinadtad
- 1/2 tasa ng cocoa powder
- 1/4 tasa ng gatas

MAKINANG:
- 1 tasang may pulbos na asukal
- 2 kutsarang cocoa powder
- 3-4 na kutsarang gatas
- Tinadtad na mga hazelkulay ng nuwes para sa dekorasyon

MGA TAGUBILIN:
a) Painitin ang oven sa 350°F (175°C). Grasa at harina ang isang bundt pan.
b) Pagsamahin ang harina, baking powder, baking soda, at asin.
c) Kremang mantikilya at asukal hanggang sa magaan at malambot. Magdagdag ng mga itlog, isa-isa, pagkatapos ay ihalo sa vanilla. Dahan-dahang idagdag ang pinaghalong harina, alternating na may kulay-gatas. Haluin ang mga hazelkulay ng nuwess.
d) Hatiin ang batter sa kalahati. Paghaluin ang cocoa powder at gatas sa kalahati. Ilagay ang mga kutsara ng parehong batter sa bundt pan, bahagyang umiikot gamit ang kutsilyo.
e) Maghurno ng 55-65 mikulay ng nuweso o hanggang sa malinis ang toothpick. Palamigin sa kawali sa loob ng 10 mikulay ng nuweso, pagkatapos ay i-invert sa isang wire rack upang ganap na lumamig.
f) Para sa Makinang, haluin ang powdered sugar, cocoa powder, at gatas hanggang makinis. Ibuhos ang pinalamig na keik at budburan ng tinadtad na mga hazelkulay ng nuwes.

47.Cashew Cocokulay ng nuwes Bundt Keik

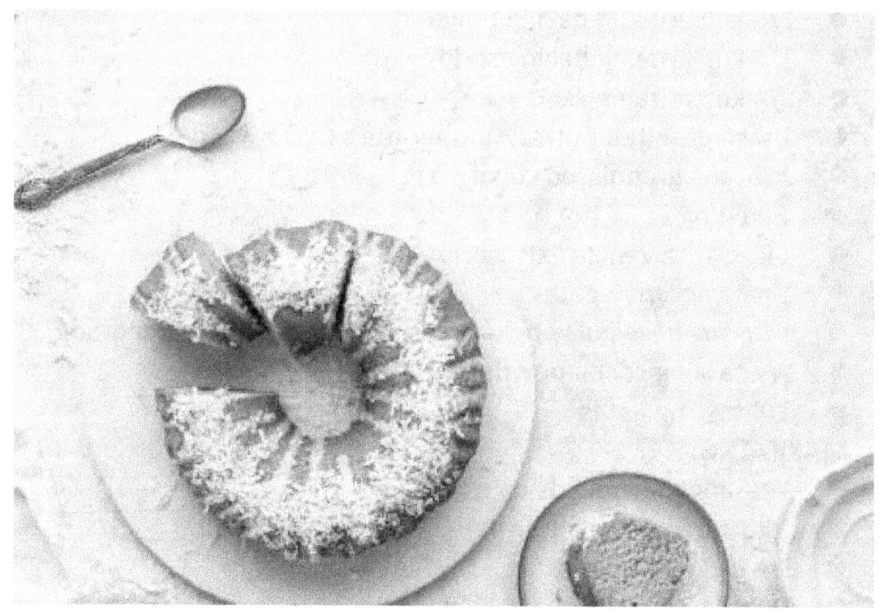

MGA INGREDIENTS:
- 3 tasang all-purpose na harina
- 1 kutsarita ng baking powder
- 1/2 kutsarita ng baking soda
- 1/4 kutsarita ng asin
- 1 tasang unsalted butter, pinalambot
- 2 tasang granulated sugar
- 4 na itlog
- 1 kutsarita vanilla extract
- 1 tasang gata ng niyog
- 1 tasang kasoy, inihaw at tinadtad nang magaspang
- 1 tasang hinimay na niyog

MAKINANG:
- 1 tasang may pulbos na asukal
- 2-3 kutsarang gata ng niyog
- Inihaw na gikulay ng nuwesay-gutay na niyog at mga piraso ng kasoy para palamuti

MGA TAGUBILIN:
a) Painitin ang oven sa 350°F (175°C). Grasa at harina ang isang bundt pan.
b) Paghaluin ang harina, baking powder, baking soda, at asin.
c) Sa isang malaking mangkok, kremabutter at asukal hanggang sa malambot. Talunin ang mga itlog, isa-isa, pagkatapos ay idagdag ang vanilla. Salit-salit na paghaluin ang mga tuyong sangkap at gata ng niyog. Itupi sa tinadtad na kasoy at gikulay ng nuwesay-gutay na niyog.
d) Ibuhos ang batter sa inihatang kawali. Maghurno ng 60-70 mikulay ng nuweso o hanggang sa malinis na lumabas ang isang toothpick na ipinasok. Palamigin sa kawali, pagkatapos ay i-invert sa isang wire rack.
e) Para sa Makinang, paghaluin ang powdered sugar sa gata ng niyog hanggang makinis. Ibuhos ang keik at palamutihan ng toasted cocokulay ng nuwes at cashew na piraso.

48. Walkulay ng nuwes Matamis Pambalasa Bundt Keik

MGA INGREDIENTS:
- 3 tasang all-purpose na harina
- 1 kutsarita ng baking powder
- 1/2 kutsarita ng baking soda
- 1/2 kutsarita ng asin
- 1 kutsarita ng giniling na kanela
- 1/2 kutsarita ng ground kulay ng nuwesmeg
- 1/4 kutsarita na giniling na mga clove
- 1 tasa unsalted butter, temperatura ng kuwarto
- 1 tasa ng butil na asukal
- 1 tasang pulot
- 4 na itlog
- 1 kutsarita vanilla extract
- 1 tasang buttermilk
- 1 tasa ng walkulay ng nuwes, toasted at pinong tinadtad

MAKINANG:
- 1 tasang may pulbos na asukal
- 2-3 kutsarang pulot
- 2 kutsarang gatas
- Tinadtad na mga walkulay ng nuwess para sa dekorasyon

MGA TAGUBILIN:
a) Painitin ang oven sa 350°F (175°C). Grasa at harina ang isang bundt pan.
b) Pagsamahin ang harina, baking powder, baking soda, asin, kanela, kulay ng nuwesmeg, at mga clove.
c) Sa isang malaking mangkok, kremabutter, asukal, at pulot hanggang sa magaan at malambot. Talunin ang mga itlog, isa-isa, pagkatapos ay ihalo sa vanilla. Salit-salit na magdagdag ng mga tuyong sangkap at buttermilk, na nagsisimula at nagtatapos sa mga tuyong sangkap. Tiklupin sa mga walkulay ng nuwess.
d) Ibuhos sa bundt pan. Maghurno ng 60-70 mikulay ng nuweso o hanggang sa lumabas ang isang tester na malinis. Palamigin sa kawali, pagkatapos ay i-invert sa isang rack.
e) Para sa Makinang, haluin ang powdered sugar, matamis, at gatas hanggang makinis. Ibuhos ang pinalamig na keik at budburan ng tinadtad na mga walkulay ng nuwess.

49. Macadamia Mango Bundt Keik

MGA INGREDIENTS:
- 3 tasang all-purpose na harina
- 1 kutsarita ng baking powder
- 1/2 kutsarita ng baking soda
- 1/4 kutsarita ng asin
- 1 tasa unsalted butter, temperatura ng kuwarto
- 2 tasang granulated sugar
- 4 na itlog
- 1 kutsarita vanilla extract
- 1 tasa ng kulay-gatas
- 1 tasang macadamia kulay ng nuwess, toasted at magaspang na tinadtad
- 1 tasang sariwang mangga, diced

MAKINANG:
- 1 tasang may pulbos na asukal
- 2-3 kutsarang mango juice o gatas
- Dinurog na macadamia kulay ng nuwess para sa dekorasyon

MGA TAGUBILIN:

a) Painitin ang oven sa 350°F (175°C). Grasa at harina ang isang bundt pan.

b) Pagsamahin ang harina, baking powder, baking soda, at asin.

c) Sa isang malaking mangkok, pagsamahin ang mantikilya at asukal hanggang sa magaan at malambot. Talunin ang mga itlog, isa-isa, pagkatapos ay ihalo sa vanilla. Dahan-dahang idagdag ang pinaghalong harina, alternating na may kulay-gatas. I-fold sa macadamia kulay ng nuwess at mangga.

d) Ibuhos ang batter sa inihatang kawali. Maghurno sa loob ng 60-70 mikulay ng nuweso, o hanggang sa malinis ang isang toothpick na ipinasok sa gitna. Palamigin sa kawali sa loob ng 10 mikulay ng nuweso, pagkatapos ay i-invert sa isang wire rack upang ganap na lumamig.

e) Para sa Makinang, paghaluin ang powdered sugar na may mango juice o gatas hanggang makinis. Ibuhos ang pinalamig na keik at budburan ng dinurog na macadamia kulay ng nuwess.

50. Chestkulay ng nuwes Tsokolate Chip Bundt Keik

MGA INGREDIENTS:
- 3 tasang all-purpose na harina
- 1 kutsarita ng baking powder
- 1/2 kutsarita ng baking soda
- 1/4 kutsarita ng asin
- 1 tasang unsalted butter, pinalambot
- 2 tasang granulated sugar
- 4 na itlog
- 1 kutsarita vanilla extract
- 1 tasang buttermilk
- 1 tasang chestkulay ng nuwes puree
- 1 tasang tsokolate chips

MAKINANG:
- 1 tasang may pulbos na asukal
- 2 kutsarang cocoa powder
- 3-4 na kutsarang gatas
- Tsokolate chips at tinadtad na mga kastanyas para sa dekorasyon

MGA TAGUBILIN:

a) Painitin ang oven sa 350°F (175°C). Grasa at harina ang isang bundt pan.

b) Pagsamahin ang harina, baking powder, baking soda, at asin.

c) Kremang mantikilya at asukal hanggang sa magaan at malambot. Magdagdag ng mga itlog, isa-isa, pagkatapos ay banilya. Ihalo sa chestkulay ng nuwes puree. Salit-salit na magdagdag ng mga tuyong sangkap at buttermilk, na nagtatapos sa mga tuyong sangkap. Tiklupin sa tsokolate chips.

d) Ibuhos sa inihatang kawali. Maghurno ng 55-65 mikulay ng nuweso o hanggang sa malinis ang toothpick. Palamigin sa kawali, pagkatapos ay i-invert sa isang rack.

e) Para sa Makinang, haluin ang powdered sugar, cocoa powder, at gatas hanggang makinis. Ibuhos ang keik at palamutihan ng tsokolate chips at chestkulay ng nuwess.

51.Pili Apricot Bundt Keik

MGA INGREDIENTS:
- 3 tasang all-purpose na harina
- 1 kutsarita ng baking powder
- 1/2 kutsarita ng baking soda
- 1/4 kutsarita ng asin
- 1 tasa unsalted butter, temperatura ng kuwarto
- 2 tasang granulated sugar
- 4 na itlog
- 1 kutsarita pili extract
- 1 tasa ng kulay-gatas
- 1 tasang almendras, toasted at pinong tinadtad
- 1 tasa ng pinatuyong mga aprikot, tinadtad

MAKINANG:
- 1 tasang may pulbos na asukal
- 2-3 kutsarang apricot juice o gatas
- Hiniwang mga almendras para sa dekorasyon

MGA TAGUBILIN:
a) Painitin ang oven sa 350°F (175°C). Grasa at harina ang isang bundt pan.
b) Paghaluin ang harina, baking powder, baking soda, at asin.
c) Sa isang malaking mangkok, kremabutter at asukal hanggang sa malambot. Magdagdag ng mga itlog, isa-isa, pagkatapos ay pili extract. Salit-salit na magdagdag ng mga tuyong sangkap at kulay-gatas, na nagtatapos sa mga tuyong sangkap. Tiklupin ang mga almendras at mga aprikot.
d) Ibuhos ang batter sa kawali. Maghurno ng 60-70 mikulay ng nuweso o hanggang sa malinis na lumabas ang isang toothpick na ipinasok. Palamigin sa kawali, pagkatapos ay i-invert sa isang wire rack.
e) Para sa Makinang, paghaluin ang powdered sugar na may apricot juice o gatas hanggang makinis. Ibuhos ang keik at palamutihan ng hiniwang almendras.

COFFEE BUNDT KEIKS

52. Cappuccino Bundt Keik

MGA INGREDIENTS:
- ⅓ tasa ng light-tasting olive oil
- ½ tasang tsokolate chips
- ½ tasang tinadtad na mani (mga hazelkulay ng nuwes o walkulay ng nuwess)
- 1 pakete yellow keik mix
- 4 na kutsarang instant espresso na kape
- 2 kutsarita ng giniling na kanela
- 3 malalaking itlog
- 1 ¼ tasa ng tubig
- Asukal ng confectioner (para sa pag-aalis ng alikabok)

MGA TAGUBILIN:

a) Maghata ng 12-cup Bundt pan sa pamamagitan ng pagsisipilyo nito ng langis ng oliba, pagkatapos ay bahagyang iwisik ito ng harina. Painitin muna ang iyong oven sa 325°F (162°C).

b) Paghaluin ang tsokolate chips at tinadtad na mani. Satok ang halo na ito nang pantay-pantay sa ilalim ng inihatang Bundt pan.

c) Sa isang malaking mangkok, haluin ang instant espresso coffee at ground cinnamon sa yellow keik mix.

d) Magdagdag ng ⅓ tasa ng langis ng oliba, mga itlog, at tubig sa pinaghalong keik. Dahan-dahang haluin gamit ang electric mixer hanggang basa lang, pagkatapos ay talunin sa medium speed sa loob ng 2 mikulay ng nuweso.

e) Ibuhos ang keik batter sa tsokolate chip at kulay ng nuwes topping sa kawali.

f) Maghurno sa preheated oven nang mga 60 mikulay ng nuweso o hanggang sa malinis na lumabas ang toothpick na ipinasok sa keik.

g) Hayaang lumamig ang keik sa wire rack sa loob ng 15 mikulay ng nuweso, pagkatapos ay baligtarin ang kawali sa isang serving plate at hayaan itong lumamig nang buo.

h) Kapag lumamig na ang keik, budburan ito ng asukal ng confectioner.

i) Sa oras ng paghahatid, hiwain ang keik at ihain ito ng bahagyang pinatamis na ricotta keso.

j) Upang matamis ang ricotta, paghaluin ang mga 2 kutsarita ng butil na asukal sa 15 onsa ng ricotta keso. Alikabok ang keik na may kaunting dagdag na kanela para sa karagdagang lasa.

k) Tangkilikin ang iyong masarap na Cappuccino Bundt Keik!

53.Mocha Bundt Keik na may Kape Drizzle

MGA INGREDIENTS:
PARA SA KEIK:
- Nonstick baking spray, gaya ng Bakery's Joy brat
- 2½ tasa (300 gramo) na all-purpose na harina
- 2 tasang granulated sugar
- 1 kutsarita ng baking soda
- ½ kutsarita ng table salt
- 2 sticks (16 tablespoons) unsalted butter, gupitin sa maliliit na piraso
- 1½ tasang sariwang mainit na kape
- ½ tasa ng unsweetened cocoa powder
- ¼ tasa ng buttermilk
- 2 malalaking itlog, bahagyang pinalo
- 1 kutsarita vanilla extract

PARA SA COFFEE DRIZZLE:
- 2–3 kutsarang matapang na kape o espresso, pinalamig
- 1 tasang may pulbos na asukal
- Kurot ng asin
- Tsokolate curls, para sa dekorasyon

MGA TAGUBILIN:
PARA SA KEIK:
a) Painitin muna ang oven sa 350°F at magtakda ng rack sa gitnang posisyon. I-spray ang Bundt pan na may baking spray. Itabi.
b) Sa isang malaking mangkok, haluin ang harina, asukal, baking soda, at asin.
c) Sa isang katamtamang kasirola sa katamtamang init, pagsamahin ang 2 stick ng mantikilya, kape, at cocoa powder. Patuloy na paghaluin hanggang ang timpla ay makinis at kumukulo sa mga gilid, pagkatapos ay alisin sa init.
d) Ibuhos ang mainit pa rin na pinaghalong kakaw sa mga tuyong sangkap at gumamit ng spatula upang itupi ito hanggang sa pagsamahin lamang. Idagdag ang buttermilk, itlog, at vanilla at ihalo hanggang makinis.
e) Ibuhos ang batter sa inihatang Bundt pan at maghurno hanggang sa humiwalay ang keik mula sa mga gilid at lumabas na malinis ang isang keik tester na ipinasok sa gitna, 45 hanggang 55 mikulay ng nuweso.
f) Alisin mula sa oven at hayaang umupo sa kawali ng ilang mikulay ng nuweso. Hawak ang isang cooling rack sa ibabaw ng kawali, ibalik ang keik sa rack, at iangat ang kawali mula sa keik. Ilagay ang rack sa ibabaw ng rimmed baking sheet upang ganap na lumamig.

PARA SA COFFEE DRIZZLE:
g) Kapag lumamig na ang keik, gawin ang pag-ambon ng kape: Sa isang katamtamang mangkok, ibuhos ang 2 kutsara ng kape sa asukal at asin, pagkatapos ay haluin hanggang makinis.
h) Ang ambon ay dapat sapat na maluwag upang ibuhos ngunit sapat na makapal upang kumapit. Ayusin ang pagkakapare-pareho sa pamamagitan ng pagdaragdag ng mas maraming kape o asukal kung kinakailangan.
i) Ibuhos ang ambon sa ibabaw ng keik upang tumulo ito sa mga gilid at ang anumang labis ay nakolekta sa baking sheet.
j) Hayaang itakda ang frosting sa loob ng 5 mikulay ng nuweso, pagkatapos ay palamutihan ng mga kulot na tsokolate.
k) Hayaang ganap na itakda ang frosting bago ihain.

54.Sour KremaCoffee Keik

MGA INGREDIENTS:
- 1 ¼ dumidikit mantikilya, sa temperatura ng kuwarto.
- 1 tasang Asukal
- 3 itlog
- 16 ounces kulay-gatas
- 3 ½ tasa ng harina
- 2 kutsarita ng Baking Powder
- 1 kutsarita ng baking soda
- ½ kutsarita ng asin (alisin kung gumamit ka ng salted butter)
- Powdered Sugar

PAGPUPUNO:
- ⅓ tasa ng matibay na nakaimpake na brown na asukal
- 2 kutsarita ng kanela
- 2 kutsarita ng harina
- 1 tasang tinadtad na pecan (pinakamasarap ang mga inihaw na pecan!)

MGA TAGUBILIN:

a) Painitin muna ang oven sa 350 degrees F.
b) Mag-spray ng 10-inch bundt pan na may non-stick baking spray.
c) Sa isang katamtamang mangkok, haluin ang harina, baking powder, baking soda, at asin.
d) Sa isang maliit na mangkok, paghaluin ang brown sugar, cinnamon, harina, at pecans.
e) Sa mangkok ng nakatayong panghalo, haluin ang mantikilya at asukal hanggang sa malambot.
f) Magdagdag ng mga itlog nang paisa-isa, ihalo nang mabuti sa pagitan ng mga karagdagan.
g) Idagdag ang pinaghalong harina at kulay-gatas na alternating na mga karagdagan, simula at nagtatapos sa pinaghalong harina. Kuskusin nang mabuti ang mga gilid.
h) Ilagay ang kalahati ng batter sa bundt pan. Budburan ang pinaghalong brown sugar sa ibabaw ng batter. Itaas kasama ang natitirang batter.
i) Maghurno ng 50 - 60 mikulay ng nuweso hanggang sa malinis ang isang toothpick na inilagay sa gitna.
j) Palamigin sa kawali sa loob ng 5 mikulay ng nuweso.
k) Ilabas sa isang cooling rack at alikabok ng powdered sugar.

55. Espresso Bundt Keik na may Ganache

MGA INGREDIENTS:
PARA SA KEIK:
- 1 tasa ng butil na asukal
- 1 tasang naka-pack na madilim brown sugar
- 3½ tasang all-purpose na harina
- 3 kutsarita ng baking powder
- 1 kutsarita ng baking soda
- 1 kutsarita ng asin
- ½ tasa (1 stick) unsalted butter, sa temperatura ng kuwarto
- 4 na itlog
- ⅔ tasa ng full-fat sour cream
- ½ tasa ng langis ng gulay
- 1 kutsarang vanilla extract
- 2-3 kutsarang espresso powder
- 1⅓ tasa ng madilim roast na kape o espresso, sa temperatura ng kuwarto

PARA SA GANACHE:
- 1 tasang madilim tsokolate chips
- ½-¾ tasa ng mabigat na cream

MGA TAGUBILIN:

a) Painitin muna ang oven sa 350°F. Mantikilya at harina sa isang bundt pan o gumamit ng baking spray na may harina. Itabi.

b) Sa mangkok ng stat mixer, pagsamahin ang puti at kayumangging asukal, harina, baking powder, baking soda, at asin.

c) Idagdag ang mantikilya at ihalo hanggang makalikha ito ng mabuhangin na texture.

d) Sa isang medium na mangkok, haluin ang mantika, kulay-gatas, itlog, banilya, at espresso powder.

e) Habang ang mixer ay tumatakbo nang mahina, dahan-dahang ibuhos ang timpla sa mga tuyong sangkap. Panghuli, idagdag sa room-temperature na kape.

f) Ibuhos ang keik batter sa inihatang kawali at maghurno sa loob ng 60-65 mikulay ng nuweso, hanggang sa lumabas ang isang toothpick na ipinasok sa gitna na may kaunting mumo lamang.

g) Hayaang lumamig nang bahagya sa kawali, pagkatapos ay ilagay sa isang serving pgatasr o keik stat upang matapos ang paglamig.

h) Kapag hata nang ihain, ihata ang ganache. Pagsamahin ang tsokolate chips at heavy kremasa isang mangkok o tasa na ligtas sa microwave . Microwave sa loob ng 20 segundong pagitan, haluin sa pagitan, hanggang makinis at mag-atas. Ayusin ang dami ng kremaayon sa gusto para sa nais na texture.

i) Ibuhos ang tsokolate ganache sa iyong keik at ihain! I-enjoy ang iyong Espresso Bundt Keik na may Madilim Tsokolate Ganache.

56. Mocha Marmol Bundt Keik

MGA INGREDIENTS:
BASE KEIK MIX:
- 250g unsalted butter, temperatura ng kuwarto
- 500g gintong asukal sa caster
- 8 malalaking itlog

PUTI TSOKOLATE MIX:
- 225g self-rising na harina
- 100g puting tsokolate, natunaw at pinalamig
- 100g kulay-gatas
- 2 kutsarang instant espresso powder, hinaluan ng 1 kutsarang tubig na kumukulo

MADILIM TSOKOLATE MIX:
- 100g madilim tsokolate, natunaw at pinalamig
- 200g self-rising na harina
- 25g cocoa powder
- 120g kulay-gatas

MGA TAGUBILIN:
a) Gumamit ng spray oil upang bahagyang mag-grasa ang isang 10-15 cup capacity na bundt pan, na tinitiyak na ang buong ibabaw, lalo na ang gitnang column, ay nababalutan. Painitin muna ang oven sa 180C (160C fan).
b) Sa isang malaking mangkok, pagsamahin ang mantikilya at asukal gamit ang isang electric mixer hanggang sa magaan at malambot (mga 5 mikulay ng nuweso). Ang timpla ay dapat na halos puti ang kulay at magaan ang texture.
c) Idagdag ang mga itlog nang paisa-isa, talunin hanggang sa ganap na pinagsama bago idagdag ang susunod.
d) Hatiin ang batter nang pantay sa pagitan ng dalawang mangkok.

PARA SA PUTI TSOKOLATE MIX:
e) Paghaluin ang puting tsokolate, kulay-gatas, at pinaghalong espresso.
f) Magdagdag ng harina sa batter at ihalo hanggang sa pinagsama. Isama ang pinaghalong puting tsokolate.

PARA SA MADILIM TSOKOLATE MIX:
g) Paghaluin ang kakaw na may isang pares ng mga kutsara ng kulay-gatas upang makagawa ng isang makinis na i-paste. Paghaluin ang natitirang kulay-gatas at tinunaw na tsokolate. Magdagdag ng harina sa batter at ihalo.
h) Ilagay ang kahaliling kutsara ng dalawang batter sa inihatang kawali.
i) Dahan-dahang paikutin ang mga batter kasama ng butter knife.
j) Maghurno sa preheated oven nang mga 50-60 mikulay ng nuweso o hanggang sa malinis na lumabas ang isang tuhog na inilagay sa keik.
k) Palamigin sa wire rack sa loob ng 10 mikulay ng nuweso bago baligtarin ang keik upang palabasin ito mula sa kawali. Hayaang lumamig nang lubusan bago ihain.
l) Panatilihing sakop, ang keik ay mananatiling sariwa sa loob ng 3-4 na araw. Enjoy!

57.Irish Coffee Bundt Keik

MGA INGREDIENTS:
- 3 tasang all-purpose na harina
- 1 kutsarita ng baking powder
- 1/2 kutsarita ng baking soda
- 1/4 kutsarita ng asin
- 1 tasang unsalted butter, pinalambot
- 2 tasang granulated sugar
- 4 na itlog
- 2 kutsarita ng vanilla extract
- 1 tasa ng matapang na brewed na kape, pinalamig
- 1/4 tasa ng Irish whisky
- 1 kutsarang instant coffee granules

MAKINANG:
- 1 tasang may pulbos na asukal
- 2 kutsarang Irish whisky
- 1 kutsarang tinimplang kape

MGA TAGUBILIN:

a) Painitin ang oven sa 350°F (175°C). Grasa at harina ang isang bundt pan.

b) Pagsamahin ang harina, baking powder, baking soda, at asin.

c) Kremang mantikilya at asukal hanggang mahimulmol. Talunin ang mga itlog, isa-isa, pagkatapos ay ihalo sa vanilla. I-dissolve ang instant coffee sa brewed coffee. Salit-salit na magdagdag ng mga tuyong sangkap at timpla ng kape sa batter, simula at nagtatapos sa mga tuyong sangkap. Ihalo sa whisky.

d) Ibuhos sa inihatang kawali. Maghurno ng 60-70 mikulay ng nuweso o hanggang sa malinis na lumabas ang isang toothpick na ipinasok. Palamigin sa kawali, pagkatapos ay i-invert sa isang wire rack.

e) Para sa Makinang, paghaluin ang powdered sugar, whisky, at kape hanggang makinis. Ibuhos ang pinalamig na keik.

58. Vanilla Gatas Bundt Keik

MGA INGREDIENTS:
- 3 tasang all-purpose na harina
- 1 kutsarita ng baking powder
- 1/2 kutsarita ng baking soda
- 1/4 kutsarita ng asin
- 1 tasa unsalted butter, temperatura ng kuwarto
- 2 tasang granulated sugar
- 4 na itlog
- 2 kutsarita ng vanilla extract
- 1 tasa ng kulay-gatas
- 1/2 tasa ng matapang na brewed na kape, pinalamig
- 2 kutsarang instant espresso powder

MAKINANG:
- 1 tasang may pulbos na asukal
- 2-3 kutsarang gatas
- 1 kutsarita vanilla extract

MGA TAGUBILIN:
a) Painitin ang oven sa 350°F (175°C). Grasa at harina ang isang bundt pan.
b) Pagsamahin ang harina, baking powder, baking soda, at asin.
c) I-kremaang mantikilya at asukal hanggang sa magaan at malambot. Magdagdag ng mga itlog, isa-isa, pagkatapos ay ihalo sa vanilla. I-dissolve ang espresso powder sa brewed coffee. Salit-salit na magdagdag ng mga tuyong sangkap at timpla ng kape sa batter, simula at nagtatapos sa mga tuyong sangkap. Gumalaw sa kulay-gatas.
d) Maghurno sa inihatang kawali sa loob ng 55-65 mikulay ng nuweso. Palamig, pagkatapos ay i-invert sa isang rack.
e) Para sa Makinang, haluin ang powdered sugar, gatas, at vanilla. Ambon sa ibabaw ng keik.

59. Tsokolate Espresso Patani Bundt Keik

MGA INGREDIENTS:
- 2 1/2 tasa ng all-purpose na harina
- 1/2 tasa ng unsweetened cocoa powder
- 1 kutsarita ng baking soda
- 1/4 kutsarita ng asin
- 1 tasang unsalted butter, pinalambot
- 2 tasang granulated sugar
- 4 na itlog
- 1 kutsarita vanilla extract
- 1 tasang buttermilk
- 1/2 tasa ng malakas na brewed espresso, pinalamig
- 1 tasang espresso patanis na natatakpan ng tsokolate, tinadtad nang magaspang

MAKINANG:
- 1 tasang may pulbos na asukal
- 2 kutsarang espresso, pinalamig
- Tsokolate-covered espresso patanis para sa dekorasyon

MGA TAGUBILIN:
a) Painitin ang oven sa 350°F (175°C). Grasa at harina ang isang bundt pan.
b) Pagsamahin ang harina, kakaw, baking soda, at asin.
c) Kremang mantikilya at asukal hanggang mahimulmol. Talunin ang mga itlog, isa-isa, pagkatapos ay idagdag ang vanilla. Salit-salit na magdagdag ng mga tuyong sangkap at buttermilk sa batter, nagsisimula at nagtatapos sa mga tuyong sangkap. Haluin ang espresso. I-fold sa tinadtad na espresso patanis.
d) Ibuhos sa inihatang kawali. Maghurno ng 60-70 mikulay ng nuweso. Palamig, pagkatapos ay i-invert sa isang rack.
e) Para sa Makinang, paghaluin ang powdered sugar at espresso. Ibuhos ang keik at palamutihan ng espresso patanis.

60. Cinnamon Coffee Streusel Bundt Keik

MGA INGREDIENTS:
- 3 tasang all-purpose na harina
- 1 kutsarang baking powder
- 1/2 kutsarita ng asin
- 1 tasa unsalted butter, temperatura ng kuwarto
- 2 tasang granulated sugar
- 4 na itlog
- 1 kutsarita vanilla extract
- 1 tasa ng kulay-gatas
- 1/2 tasa ng matapang na brewed na kape, pinalamig

STREUSEL:
- 1 tasang brown sugar
- 2 kutsarita ng giniling na kanela
- 1 tasa tinadtad na mga walkulay ng nuwess

MAKINANG:
- 1 tasang may pulbos na asukal
- 2 kutsarang gatas
- 1/2 kutsarita ng kanela

MGA TAGUBILIN:

a) Painitin ang oven sa 350°F (175°C). Grasa at harina ang isang bundt pan.
b) Pagsamahin ang harina, baking powder, at asin.
c) Kremang mantikilya at asukal hanggang mahimulmol. Magdagdag ng mga itlog, isa-isa, pagkatapos ay banilya. Salit-salit na magdagdag ng mga tuyong sangkap at kulay-gatas sa batter, na nagsisimula at nagtatapos sa mga tuyong sangkap. Haluin ang kape.
d) Paghaluin ang mga sangkap ng streusel. Ibuhos ang kalahati ng batter sa kawali, itaas ang kalahati ng streusel, pagkatapos ay ulitin ang mga layer.
e) Maghurno ng 65-75 mikulay ng nuweso. Palamig, pagkatapos ay i-invert sa isang rack.
f) Para sa Makinang, haluin ang powdered sugar, gatas, at kanela. Ibuhos ang pinalamig na keik.

61. Hazelkulay ng nuwes Coffee Bundt Keik

MGA INGREDIENTS:
- 2 tasang all-purpose na harina
- 1 tasa ng butil na asukal
- 1/2 tasa ng brown sugar
- 1/2 tasa unsalted butter, pinalambot
- 1/2 tasa ng brewed na kape, pinalamig
- 1/2 tasa ng buttermilk
- 2 itlog
- 1 kutsarita vanilla extract
- 1 kutsarita ng baking powder
- 1/2 kutsarita ng baking soda
- 1/2 kutsarita ng asin
- 1/2 tasa tinadtad na hazelkulay ng nuwess

PARA SA MAKINANG:
- 1 tasang may pulbos na asukal
- 2-3 tablespoons brewed coffee, cooled
- 1/4 tasa tinadtad na hazelkulay ng nuwess (para sa dekorasyon)

MGA TAGUBILIN:

a) Painitin muna ang iyong oven sa 350°F (175°C). Grasa at harina ang isang bundt pan.
b) Sa isang malaking mixing bowl, i-kremaang mantikilya, granulated sugar, at brown sugar hanggang sa magaan at malambot.
c) Talunin ang mga itlog, isa-isa, pagkatapos ay ihalo ang vanilla extract.
d) Sa isang hiwalay na mangkok, pagsamahin ang harina, baking powder, baking soda, at asin.
e) Dahan-dahang idagdag ang mga tuyong sangkap sa mga basang sangkap, na kahalili ng buttermilk at brewed na kape. Haluin hanggang pagsamahin lang.
f) Tiklupin ang tinadtad na mga hazelkulay ng nuwes.
g) Ibuhos ang batter sa inihatang bundt pan at pakinisin ang ibabaw gamit ang spatula.
h) Maghurno ng 40-45 mikulay ng nuweso, o hanggang sa malinis na lumabas ang isang toothpick na ipinasok sa gitna.
i) Hayaang lumamig ang keik sa kawali sa loob ng 10 mikulay ng nuweso bago ito baligtarin sa wire rack upang ganap na lumamig.
j) Para gawin ang Makinang, haluin ang powdered sugar at brewed coffee hanggang makinis. Ibuhos ang Makinang sa pinalamig na keik at budburan ng tinadtad na mga hazelkulay ng nuwes.
k) Hayaang matuyo ang Makinang bago hiwain at ihain.

62.Tiramisu Bundt Keik

MGA INGREDIENTS:
- 2 tasang all-purpose na harina
- 1 tasa ng butil na asukal
- 1/2 tasa unsalted butter, pinalambot
- 1/2 tasa ng brewed na kape, pinalamig
- 1/2 tasa ng gatas
- 2 itlog
- 1 kutsarita vanilla extract
- 1 kutsarita ng baking powder
- 1/2 kutsarita ng baking soda
- 1/4 kutsarita ng asin
- 1/4 tasa ng cocoa powder
- 1/4 tasa ng rum (opsyonal)
- 1/4 tasa powdered sugar (para sa pag-aalis ng alikabok)

PARA SA MASCARPONE FILLING:
- 8 ounces mascarpone keso, pinalambot
- 1/2 tasa ng asukal sa pulbos
- 1 kutsarita vanilla extract
- 1/2 tasa ng mabigat na cream

MGA TAGUBILIN:

a) Painitin muna ang iyong oven sa 350°F (175°C). Grasa at harina ang isang bundt pan.
b) Sa isang malaking mangkok ng paghahalo, pagsamahin ang mantikilya at granulated asukal hanggang sa magaan at malambot.
c) Talunin ang mga itlog, isa-isa, pagkatapos ay ihalo ang vanilla extract.
d) Sa isang hiwalay na mangkok, pagsamahin ang harina, baking powder, baking soda, asin, at cocoa powder.
e) Dahan-dahang idagdag ang mga tuyong sangkap sa mga basang sangkap, na kahalili ng timplang kape at gatas. Haluin hanggang pagsamahin lang.
f) Ibuhos ang kalahati ng batter sa inihatang bundt pan.
g) Sa isa pang mangkok, talunin ang mascarpone keso, powdered sugar, at vanilla extract hanggang makinis.
h) Sa isang hiwalay na mangkok, hagupitin ang mabigat na kremahanggang sa mabuo ang mga stiff peak. Dahan-dahang tiklupin ang whipped kremasa mascarpone mixture.
i) Ikalat ang pagpuno ng mascarpone sa batter sa kawali.
j) Ibuhos ang natitirang batter sa ibabaw ng pagpuno, pakinisin ang tuktok gamit ang isang spatula.
k) Maghurno ng 45-50 mikulay ng nuweso, o hanggang sa malinis na lumabas ang isang toothpick na ipinasok sa gitna.
l) Hayaang lumamig ang keik sa kawali sa loob ng 10 mikulay ng nuweso bago ito baligtarin sa wire rack upang ganap na lumamig.
m) Kung gumagamit ng rum, butasin ang keik gamit ang skewer at ibuhos ang rum sa ibabaw.
n) Alisan ng alikabok ang pinalamig na keik na may pulbos na asukal bago ihain.

63. Coffee Walkulay ng nuwes Bundt Keik

MGA INGREDIENTS:
- 2 tasang all-purpose na harina
- 1 tasa ng butil na asukal
- 1/2 tasa ng brown sugar
- 1/2 tasa unsalted butter, pinalambot
- 1/2 tasa ng brewed na kape, pinalamig
- 1/2 tasa ng buttermilk
- 2 itlog
- 1 kutsarita vanilla extract
- 1 kutsarita ng baking powder
- 1/2 kutsarita ng baking soda
- 1/2 kutsarita ng asin
- 1 tasa tinadtad na mga walkulay ng nuwess

PARA SA MAKINANG:
- 1 tasang may pulbos na asukal
- 2-3 tablespoons brewed coffee, cooled

MGA TAGUBILIN:

a) Painitin muna ang iyong oven sa 350°F (175°C). Grasa at harina ang isang bundt pan.
b) Sa isang malaking mixing bowl, i-kremaang mantikilya, granulated sugar, at brown sugar hanggang sa magaan at malambot.
c) Talunin ang mga itlog, isa-isa, pagkatapos ay ihalo ang vanilla extract.
d) Sa isang hiwalay na mangkok, pagsamahin ang harina, baking powder, baking soda, at asin.
e) Dahan-dahang idagdag ang mga tuyong sangkap sa mga basang sangkap, na kahalili ng buttermilk at brewed na kape. Haluin hanggang pagsamahin lang.
f) Tiklupin ang tinadtad na mga walkulay ng nuwes.
g) Ibuhos ang batter sa inihatang bundt pan at pakinisin ang ibabaw gamit ang spatula.
h) Maghurno ng 40-45 mikulay ng nuweso, o hanggang sa malinis na lumabas ang isang toothpick na ipinasok sa gitna.
i) Hayaang lumamig ang keik sa kawali sa loob ng 10 mikulay ng nuweso bago ito baligtarin sa wire rack upang ganap na lumamig.
j) Para gawin ang Makinang, haluin ang powdered sugar at brewed coffee hanggang makinis. Ibuhos ang Makinang sa pinalamig na keik.
k) Hayaang matuyo ang Makinang bago hiwain at ihain.

TSOKOLATE BUNDT KEIKS

64.Tsokolate Bundt Keik

MGA INGREDIENTS:
- 1 ½ tasa (150g) pili meal
- ½ tasa (75g) Natvia
- ⅓ tasa (30g) unsweetened cocoa powder
- 1 kutsarita (5g) baking powder
- ⅓ tasa (85g) unsweetened pili milk
- 2 malalaking itlog (51g bawat isa)
- 1 kutsarita (5g) vanilla extract

MGA TAGUBILIN:

a) Painitin muna ang air fryer sa 180ºC, sa loob ng 3 mikulay ng nuweso.

b) Sa isang malaking mangkok ng paghahalo, haluin ang lahat ng mga sangkap hanggang sa mahusay na pinagsama.

c) Pagwilig ng isang mini Bundt lata na may mantika. NB: Ang mga bundt keik tin ay may iba't ibang laki, ang laki na kailangan mo ay depende sa laki ng iyong air fryer. Ang isang light spray na may langis o isang brush na may tinunaw na mantikilya ay maiiwasan ang pagdikit.

d) I-scoop ang batter sa lata.

e) Ilagay sa air fryer basket at lutuin sa 160ºC, sa loob ng 10 mikulay ng nuweso.

f) Palamigin ng 5 mikulay ng nuweso bago alisin.

65.Hershey's Cocoa Bundt Keik

MGA INGREDIENTS:
- ½ tasa Plus 1 Kutsarang unsalted butter, Hinati
- 1 tasa Plus 1 Kutsara ng Hershey's Cocoa, hinati
- 1¾ tasang All-purpose na harina
- 2 tasang Asukal
- 2 kutsarita ng baking soda
- 1 kutsarita ng Asin
- 3 malalaking itlog
- 1 tasang mantikilya
- 1 tasa ng Malakas na kape
- 1 kutsarita ng Vanilla

MGA TAGUBILIN:

a) Painitin muna ang oven sa 350F. Ilagay ang oven rack sa gitna ng oven. Bahagyang i-brush ang isang 12-cup nonstick na Bundt pan na may 1 Tb butter at lagyan ng alikabok ang kawali ng 1 kutsarang cocoa, i-tap ang labis.

b) Salain ang mga tuyong sangkap sa isang malaking mangkok ng paghahalo. Matunaw at palamig ang 1 stick ng mantikilya. Pagsamahin ito sa iba pang mga basang sangkap at ihalo sa mga tuyong sangkap sa katamtamang bilis ng 2 mikulay ng nuweso.

c) Ibuhos ang batter sa kawali.

d) Maghurno sa loob ng 45-55 mikulay ng nuweso, o hanggang ang keik ay humiwalay sa mga gilid ng kawali at ang tuktok ay bumabalik nang bahagya sa pagpindot.

66.Tsokolate Gingerbread Bundt Keik

MGA INGREDIENTS:
- 540g plain na harina
- ½ tasang Bourneville Cocoa
- ½ kutsarita ng bicarb soda
- 1 ½ kutsarang allpambalasa
- 4 na itlog
- 240g madilim brown sugar
- 200ml gintong syrup
- 250g mantikilya
- 200ml makapal na cream
- 300ml na gatas
- KremaKeso Makinang
- 240g icing sugar
- 250g Philadelphia kremakeso
- ½ tasa ng limon juice
- Gintong dahon para palamutihan (opsyonal)

MGA TAGUBILIN:
a) Painitin muna ang oven sa 175C fan forced.
b) Magpahid ng 12-tasang Bundt tin. Itabi.
c) Paghaluin ang harina, BOURNEVILLE cocoa, bicarb soda, asin, at pampalasa sa isang mangkok. Itabi.
d) Talunin ang mga itlog at asukal sa isang stat mixer sa loob ng 3 mikulay ng nuweso hanggang sa malambot. Magdagdag ng gintong syrup at talunin hanggang makinis.
e) Matunaw ang mantikilya sa isang kasirola at ihalo sa kremaat gatas.
f) Magdagdag ng mga tuyong sangkap at pinaghalong mantikilya nang halili sa pinaghalong itlog at haluin hanggang makinis.
g) Ibuhos ang batter sa inihatang kawali. Maghurno sa pinakamababang oven rack sa loob ng 1 oras, hanggang sa lumabas na malinis ang isang skewer na ipinasok.
h) Alisin mula sa oven at hayaang lumamig sa kawali sa loob ng 15 mikulay ng nuweso, pagkatapos ay i-unmold sa cooling rack upang ganap na lumamig. Gupitin ang base upang gawin itong patag kung ninanais.
i) Upang gawin ang Makinang, pagsamahin ang asukal at PHILADELPHIA KremaKeso sa isang mangkok at talunin hanggang makinis at mag-atas. Gumalaw sa limon juice hanggang sa nais na pare-pareho.
j) Ibuhos ang Makinang sa pinalamig na keik.
k) Palamutihan ng gintong dahon.

67.Kulay ng nuwesella Bundt Keik

MGA INGREDIENTS:
PARA SA KEIK:
- 3 tasang all-purpose na harina
- 2 ½ kutsarita ng baking powder
- 1 kutsarita kosher salt
- 2 tasang granulated sugar
- 1 tasa ng langis ng oliba
- ¾ tasa ng full-fat plain yogurt
- ½ tasa ng Mascarpone keso
- 4 malalaking itlog
- 1 kutsarang vanilla extract
- 1 tasang buong gatas
- 1 kutsarang cocoa powder, sinala
- ¼ tasa ng Kulay ng nuwesella

PARA SA KULAY NG NUWESELLA GANACHE:
- 1 tasang Kulay ng nuwesella
- 1 tasang mabigat na cream
- ⅓ tasa ng unsalted butter
- 1 kutsarita kosher salt
- 2 kutsarang light corn syrup

MGA TAGUBILIN:
PARA GAWIN ANG KEIK:
a) Painitin muna ang oven sa 350F degrees. Pahiran ng mantikilya o nonstick cooking spray ang bundt o tube keik pan. Alikabok nang bahagya ng harina, i-tap ang labis.
b) Paghaluin ang harina, baking powder, at asin sa isang katamtamang mangkok. Itabi.
c) Sa isang malaking mangkok, paghaluin ang asukal, langis ng oliba, yogurt, at mascarpone keso gamit ang isang hat mixer. Talunin ang mga itlog nang paisa-isa, hanggang sa ganap na maisama, pagkatapos ay idagdag ang vanilla at gatas.
d) Sa mababang bilis, ihalo ang pinaghalong harina sa mga basang sangkap hanggang sa pagsamahin lamang. Alisin ang tungkol sa 2 tasa ng batter sa isang walang laman na mangkok ng harina at ihalo sa cocoa powder at Kulay ng nuwesella. Haluin hanggang mabuo ang tsokolate batter.
e) Ibuhos ang vanilla batter sa inihatang kawali. I-tap para pantayin ang batter. Gamit ang isang satok o ice kremascoop, ihulog ang tsokolate batter sa ibabaw ng vanilla batter.
f) Gamit ang kutsilyo o skewer, paikutin ang mga batter, sapat lang para makagawa ng marmol ngunit huwag mag-over-mix.
g) Maghurno ng 50 mikulay ng nuweso o hanggang sa lumabas na malinis ang isang toothpick na inilagay sa gitna. Hayaang lumamig ng isang oras bago alisin sa kawali.

PARA GAWIN ANG GANACHE:
h) Ilagay ang Kulay ng nuwesella sa isang medium bowl. Init ang mabigat na cream, mantikilya, asin, at corn syrup sa isang kasirola hanggang sa kumulo na.
i) Ibuhos ang mainit na kremamixture sa Kulay ng nuwesella, at ihalo hanggang makinis. Hayaang umupo ng 15 hanggang 20 mikulay ng nuweso para lumapot. Ibuhos ang ganache sa mainit na keik at hayaang itakda bago ihain. Masiyahan sa iyong Kulay ng nuwesella Bundt Keik!

68.Tsokolate Chip Bundt Keik

MGA INGREDIENTS:
PARA SA TSOKOLATE CHIP BUNDT KEIK:
- 3 tasa (360g) na all-purpose na harina
- 2 kutsarita ng baking powder
- ½ kutsarita ng asin
- ½ kutsarita ng giniling na kanela
- ¼ kutsarita ng ground kulay ng nuwesmeg
- 1 tasa (227g) unsalted butter, sa room temperature
- 1 8-ounce brick (227g) kremakeso, sa temperatura ng kuwarto
- 2 tasa (398g) granulated sugar
- 1 Kutsarita (14ml) vanilla extract
- ½ kutsarita pili extract (opsyonal)
- 5 malalaking itlog, sa temperatura ng silid
- ⅓ tasa (76g) kulay-gatas, sa temperatura ng kuwarto
- ⅓ tasa (76ml) neutral na langis (gaya ng canola, gulay, o liquified refined cocokulay ng nuwes oil)
- 1 at ½ tasa (8 ounces) mini tsokolate chips

PARA SA TSOKOLATE MAKINANG:
- 4 ounces (113g) mapait na tsokolate, pinong tinadtad
- ½ tasa (113ml) mabigat na cream
- 1 at ½ kutsarita ng corn syrup (opsyonal)

MGA TAGUBILIN:
PARA SA TSOKOLATE CHIP BUNDT KEIK:
a) Painitin muna ang oven sa 325°F.
b) Sa isang medium na mangkok, haluin ang harina, baking powder, asin, kanela, at kulay ng nuwesmeg hanggang sa maayos na pinagsama. Itabi.
c) Sa bowl ng stat mixer na nilagyan ng paddle attachment, o sa isang malaking bowl gamit ang hatheld electric mixer, talunin ang butter at kremakeso sa katamtamang bilis hanggang makinis at mag-atas, mga 1 mikulay ng nuweso.
d) Dahan-dahang idagdag ang asukal, pagkatapos ay taasan ang bilis sa medium-high at ipagpatuloy ang paghampas hanggang sa magaan at malambot, mga 3 mikulay ng nuweso. Talunin ang vanilla at pili extract.

e) Bawasan ang bilis sa medium-low, pagkatapos ay idagdag ang mga itlog, isa-isa, matalo nang mabuti pagkatapos ng bawat karagdagan at i-scrape ang mga gilid ng mangkok kung kinakailangan. Talunin sa kulay-gatas at mantika.
f) Bawasan ang bilis sa mababang at idagdag ang pinaghalong harina, paghahalo lamang hanggang sa pinagsama. Panghuli, tiklupin ang mini tsokolate chips.
g) Lagyan ng grasa ang isang 10-pulgada (12-tasa) na bundt pan, na tinitiyak na nababalutan ang lahat ng sulok at sulok. Inirerekomenda ang paggamit ng non-stick baking spray na may harina. Ibuhos ang batter sa inihatang kawali.
h) Maghurno ng 55 hanggang 60 mikulay ng nuweso o hanggang sa maging golden brown ang keik at malinis ang toothpick na ipinasok sa gitna.
i) Hayaang lumamig ang keik sa kawali sa wire rack sa loob ng 10 hanggang 15 mikulay ng nuweso. Baligtarin ang keik sa rack at ganap na palamig, mga 2 hanggang 2 at ½ oras.

PARA SA TSOKOLATE MAKINANG:
j) Pinong tumaga ang tsokolate at ilagay ito sa isang maliit na mangkok na hindi tinatablan ng init. Itabi.
k) Init ang kremasa katamtamang apoy hanggang sa kumulo. Alisin mula sa init at ibuhos ang mainit na kremasa tinadtad na tsokolate. Hayaang umupo ng 1 mikulay ng nuweso, pagkatapos ay haluin hanggang makinis. Ihalo ang corn syrup (kung ginagamit).
l) Dahan-dahang satok ang Makinang sa ibabaw ng keik, hayaang tumulo ito sa mga gilid.
m) Hayaang mag-set ang Makinang nang hindi bababa sa 20 mikulay ng nuweso bago hiwain at ihain!

69.Oreo Bundt Keik na May Vanilla Icing

MGA INGREDIENTS:
KEIK:
- 340 gramo ng unsalted butter (1½ tasa, 65°F, pinalambot)
- 337 gramo ng asukal
- 75 gramo ng madilim brown sugar
- 3 malalaking itlog (temperatura ng kuwarto)
- 1 kutsarita vanilla patani paste (o vanilla extract)
- 279 gramo ng all-purpose na harina
- 1 kutsarita ng baking powder
- ¾ kutsarita ng brilyante na kristal na kosher na asin
- 187 gramo ng buong gatas
- 40 gramo ng black cocoa powder
- 20 gramo ng unsweetened cocoa powder
- 75 gramo ng full-fat sour cream
- 8 Oreo na cookies

MGA TOPPING:
- 130 gramo ng asukal na may pulbos (sifted)
- 1 kutsarang unsalted butter (natunaw)
- 4-6 kutsarita buong gatas
- 1 kutsarita vanilla patani paste (o vanilla extract)
- 4 Oreo cookies (tinadtad)

MGA TAGUBILIN:
a) Dalhin ang mantikilya at itlog sa temperatura ng silid. Ang mantikilya ay dapat na malamig ngunit malambot sa pagpindot, hindi matunaw o mamantika.
b) Sukatin ang parehong asukal sa isang lalagyan. Sa isa pang lalagyan, haluin ang harina, baking powder, at asin. Itabi.
c) Salain ang cocoa powder. Grasa ang isang 10-cup bundt pan na may non-stick spray. Itabi.
d) Painitin ang oven sa 350°F.

BLOOM COCOA POWDER:
e) Pakuluan ang gatas sa isang maliit na kaldero sa mababang init sa kalan, paikutin ang palayok nang madalas hanggang sa mabuo ang maliliit na bula sa mga gilid. Layunin ang temperaturang 170°-180°F.

f) Alisin sa init at idagdag ang sifted cocoa powder. Haluing mabuti hanggang sa walang matitirang mga kumpol, pagkatapos ay idagdag ang kulay-gatas at haluin hanggang makinis at pinagsama. Itabi.

KREMABUTTER AT SUGAR:

g) Gupitin ang mantikilya sa malalaking tipak at ilagay sa mangkok ng isang stat mixer. Talunin sa katamtamang bilis upang lumambot, mga 1 mikulay ng nuweso.

h) Kuskusin ang mga gilid ng mangkok at idagdag ang parehong asukal. Talunin sa medium-low speed hanggang sa walang maluwag na asukal sa mangkok, pagkatapos ay taasan ang bilis sa medium at ipagpatuloy ang pag-kremasa loob ng 3-7 mikulay ng nuweso.

i) Tamang pag-cream, ang mantikilya at asukal ay magiging maputlang kayumanggi at magkakaroon ng malambot, mahangin, at mala-paste na texture. Kuskusin ang mga gilid ng mangkok.

j) Isa-isang, basagin ang isang itlog sa isang maliit na mangkok at pagkatapos ay idagdag ito sa mangkok ng panghalo. Talunin sa katamtamang bilis nang hindi bababa sa 60 segundo, i-scrape ang mangkok bago idagdag ang susunod na itlog.

k) Kuskusin ang mangkok at palo muli sa dulo.

l) Sa pagtakbo ng mixer sa pinakamababang posibleng bilis, kahaliling pagdaragdag ng isang-katlo ng mga tuyong sangkap na may kalahati ng mga basang sangkap, na nagsisimula at nagtatapos sa mga tuyong sangkap.

m) I-pause ang mixer at simutin ang bowl at beater sa pagitan ng bawat karagdagan.

n) Itigil ang mixer kapag ang batter ay halos pinagsama at ilang streak lang ng harina ang makikita. Gumamit ng spatula upang paghaluin ang anumang huling piraso ng mga tuyong sangkap.

magtipun-tipon:

o) Ilagay ang halos kalahati ng batter sa greased bundt pan.

p) Gumamit ng mini offset spatula upang pakinisin ang batter, idiin ito pababa sa lahat ng sulok at sulok ng kawali.

q) Ayusin ang isang layer ng buong Oreo cookies sa paligid ng gitna ng kawali, nang magkalapit hangga't maaari mong makuha ang mga ito.
r) Satok ang natitirang batter sa ibabaw at pakinisin ito sa lahat ng sulok at creases ng kawali.
s) I-tap ang kawali sa counter nang ilang beses upang maalis ang anumang labis na mga bula ng hangin.

MAGBAKE:
t) Ilagay ang bundt pan sa gitna ng 350°F oven sa loob ng 60-65 mikulay ng nuweso, hanggang sa lumabas ang isang toothpick o keik tester na ipinasok sa gitna na may ilang mumo lang na nakakapit dito.
u) Alisin ang kawali sa isang cooling rack. Hayaang lumamig sa loob ng 15-20 mikulay ng nuweso, pagkatapos ay baligtarin ang keik sa isang cooling rack upang matapos ang paglamig. Hayaang lumamig nang lubusan bago magdagdag ng icing.

ICING at TOPPING:
v) Salain ang powdered sugar sa isang medium mixing bowl.
w) Magdagdag ng tinunaw na mantikilya, vanilla patani paste, at mas kaunting halaga ng buong gatas. Paikutin upang pagsamahin.
x) Dahan-dahang magdagdag ng karagdagang gatas 1 kutsarita o ½ kutsarita sa isang pagkakataon, kung kinakailangan lamang hanggang sa magkaroon ka ng makapal ngunit tuluy-tuloy na icing.
y) Pipe o ambon ang icing sa paligid ng tuktok ng keik.
z) Itaas ang basang icing na may tinadtad na Oreo cookies, pagkatapos ay iwiwisik ang anumang natitirang Oreo crumbs sa ibabaw.
aa) Hayaang mag-set up ang icing ng ilang mikulay ng nuweso bago hiwain.

70.Triple Tsokolate Fudge Bundt Keik

MGA INGREDIENTS:
- 2 tasang all-purpose na harina
- 1 tasang unsweetened cocoa powder
- 2 kutsarita ng baking powder
- 1/2 kutsarita ng baking soda
- 1/2 kutsarita ng asin
- 1 tasang unsalted butter, pinalambot
- 2 tasang granulated sugar
- 4 na itlog
- 1 kutsarita vanilla extract
- 1 tasa ng kulay-gatas
- 1 tasang semisweet tsokolate chips
- 1 tasa ng gatas na tsokolate chips
- 1 tasang puting tsokolate chips

MAKINANG:
- 1 tasang semisweet tsokolate chips
- 1/2 tasa ng mabigat na cream
- 1 kutsarang unsalted butter

MGA TAGUBILIN:
a) Painitin ang oven sa 350°F (175°C). Grasa at harina ang isang bundt pan.
b) Sa isang katamtamang mangkok, haluin ang harina, cocoa powder, baking powder, baking soda, at asin.
c) Sa isang malaking mangkok, pagsamahin ang mantikilya at asukal hanggang sa magaan at malambot. Talunin ang mga itlog, isa-isa, pagkatapos ay ihalo sa vanilla. Dahan-dahang idagdag ang mga tuyong sangkap sa mga basang sangkap, papalitan ng kulay-gatas, simula at magtatapos sa mga tuyong sangkap. Tiklupin ang tsokolate chips.
d) Ibuhos ang batter sa inihatang bundt pan at pakinisin ang tuktok. Maghurno ng 50-60 mikulay ng nuweso, o hanggang sa malinis na lumabas ang isang toothpick na ipinasok sa gitna. Hayaang lumamig ang keik sa kawali sa loob ng 10 mikulay ng nuweso, pagkatapos ay ilipat sa wire rack upang ganap na lumamig.
e) Upang gawin ang Makinang, ilagay ang semisweet tsokolate chips sa isang heatproof na mangkok. Sa isang maliit na kasirola, init ang mabigat na kremaat mantikilya sa katamtamang apoy hanggang sa magsimula itong kumulo. Ibuhos ang mainit na kremasa ibabaw ng tsokolate chips at hayaan itong umupo ng 2-3 mikulay ng nuweso. Haluin hanggang makinis. Hayaang lumamig ang Makinang sa loob ng 10-15 mikulay ng nuweso, pagkatapos ay ibuhos ito sa pinalamig na keik.

71.Tsokolate Raspbaya Pag-inog Bundt Keik

MGA INGREDIENTS:
- 2 tasang all-purpose na harina
- 1 tasang unsweetened cocoa powder
- 1 kutsarita ng baking powder
- 1/2 kutsarita ng baking soda
- 1/2 kutsarita ng asin
- 1 tasang unsalted butter, pinalambot
- 2 tasang granulated sugar
- 4 na itlog
- 1 kutsarita vanilla extract
- 1 tasang buttermilk
- 1 tasang sariwang raspbaya

RASPBAYA PAG-INOG:
- 1 tasang sariwang raspbaya
- 2 kutsarang butil na asukal

MAKINANG:
- 1 tasang may pulbos na asukal
- 2-3 kutsarang gatas
- 1/2 kutsarita vanilla extract

MGA TAGUBILIN:

a) Painitin ang oven sa 350°F (175°C). Grasa at harina ang isang bundt pan.
b) Sa isang katamtamang mangkok, haluin ang harina, cocoa powder, baking powder, baking soda, at asin.
c) Sa isang malaking mangkok, pagsamahin ang mantikilya at asukal hanggang sa magaan at malambot. Talunin ang mga itlog, isa-isa, pagkatapos ay ihalo sa vanilla. Dahan-dahang idagdag ang mga tuyong sangkap sa mga basang sangkap, papalitan ng buttermilk, simula at magtatapos sa mga tuyong sangkap.
d) Sa isang maliit na mangkok, i-mash ang mga raspbaya na may asukal upang gawing pag-inog ang raspbaya.
e) Ibuhos ang kalahati ng batter sa inihatang bundt pan. Kutsara ang kalahati ng raspbaya pag-inog sa batter. Ulitin sa natitirang batter at raspbaya pag-inog. Gumamit ng kutsilyo upang dahan-dahang paikutin ang batter at raspbaya mixture.
f) Maghurno ng 50-60 mikulay ng nuweso, o hanggang sa malinis na lumabas ang isang toothpick na ipinasok sa gitna. Hayaang lumamig ang keik sa kawali sa loob ng 10 mikulay ng nuweso, pagkatapos ay ilipat sa wire rack upang ganap na lumamig.
g) Upang gawin ang Makinang, haluin ang powdered sugar, gatas, at vanilla extract hanggang makinis. Ibuhos ang pinalamig na keik.

72. Madilim Tsokolate Orange Bundt Keik

MGA INGREDIENTS:
- 2 tasang all-purpose na harina
- 1 tasang unsweetened cocoa powder
- 1 1/2 kutsarita ng baking powder
- 1/2 kutsarita ng baking soda
- 1/2 kutsarita ng asin
- 1 tasang unsalted butter, pinalambot
- 2 tasang granulated sugar
- 4 na itlog
- Sarap ng 1 orange
- 1/2 tasa ng sariwang kinatas na orange juice
- 1 tasa ng kulay-gatas
- 1 tasang semisweet tsokolate chips

MAKINANG:
- 1 tasang semisweet tsokolate chips
- 1/2 tasa ng mabigat na cream
- Zest ng 1 orange (opsyonal)

MGA TAGUBILIN:

a) Painitin ang oven sa 350°F (175°C). Grasa at harina ang isang bundt pan.

b) Sa isang katamtamang mangkok, haluin ang harina, cocoa powder, baking powder, baking soda, at asin.

c) Sa isang malaking mangkok, pagsamahin ang mantikilya at asukal hanggang sa magaan at malambot. Talunin ang mga itlog, isa-isa, pagkatapos ay ihalo sa orange zest at juice. Dahan-dahang idagdag ang mga tuyong sangkap sa mga basang sangkap, papalitan ng kulay-gatas, simula at magtatapos sa mga tuyong sangkap. Tiklupin ang tsokolate chips.

d) Ibuhos ang batter sa inihatang bundt pan at pakinisin ang tuktok. Maghurno ng 50-60 mikulay ng nuweso, o hanggang sa malinis na lumabas ang isang toothpick na ipinasok sa gitna. Hayaang lumamig ang keik sa kawali sa loob ng 10 mikulay ng nuweso, pagkatapos ay ilipat sa wire rack upang ganap na lumamig.

e) Upang gawin ang Makinang, ilagay ang semisweet tsokolate chips sa isang heatproof na mangkok. Sa isang maliit na kasirola, init ang makapal na kremasa katamtamang apoy hanggang sa magsimula itong kumulo. Ibuhos ang mainit na kremasa ibabaw ng tsokolate chips at hayaan itong umupo ng 2-3 mikulay ng nuweso. Haluin hanggang makinis. Hayaang lumamig ang Makinang sa loob ng 10-15 mikulay ng nuweso, pagkatapos ay ibuhos ito sa pinalamig na keik. Budburan ng orange zest, kung ninanais.

KESO BUNDT KEIKS

73.Pulang pelus Bundt Keik

MGA INGREDIENTS:
- 1 ¼ tasa ng langis ng gulay
- 1 tasang buttermilk
- 2 itlog
- 2 kutsarang pulang pangkulay ng pagkain
- 1 kutsarita mansanas cider vinegar
- 1 kutsarita vanilla extract
- 2 ½ tasa ng plain flour
- 1 ¾ tasa ng castor sugar
- 1 kutsarita ng baking soda
- Isang kurot ng asin
- 1 ½ kutsarang cocoa powder

KREMAKESO MAKINANG:
- 225 g (8 ounces) kremakeso, temperatura ng kuwarto
- 5 kutsarang unsalted butter
- 2 ½ tasang icing sugar
- 1 kutsarita vanilla extract

MGA TAGUBILIN:
a) Painitin muna ang oven sa 180 degrees C. Grasa at harina ang bundt pan.
b) Sa stat mixer o gamit ang electric mixer, pagsamahin ang mantika, buttermilk, itlog, food coloring, suka, at vanilla. Haluing mabuti.
c) Sa isang hiwalay na mangkok, salain ang mga tuyong sangkap. Dahan-dahang idagdag ang mga basang sangkap, talunin hanggang makinis.
d) Ibuhos ang batter sa inihatang kawali. Maghurno ng 50 mikulay ng nuweso o hanggang sa malinis ang toothpick.
e) Alisin mula sa oven at hayaan itong umupo ng 10 mikulay ng nuweso. Dahan-dahang paluwagin ang mga gilid at i-on sa wire rack upang ganap na lumamig.
f) Kapag lumamig na, satok ang kremakeso Makinang sa itaas.

PARA GAWIN ANG KREMAKESO MAKINANG:
g) Pagsamahin ang mantikilya at kremakeso sa isang stat mixer o sa isang electric mixer.
h) Dahan-dahang magdagdag ng asukal at banilya sa mababang bilis upang pagsamahin, pagkatapos ay whisk sa mataas na bilis sa loob ng tatlong mikulay ng nuweso.

74. Kalabasa KremaKeso Bundt Keik

MGA INGREDIENTS:
KEIK:
- 1 lata solid pack kalabasa (15 ounces)
- 2 tasang granulated sugar
- 4 malalaking itlog
- 1 tasa ng light olive oil
- 2 tasang all-purpose na harina
- 2 kutsarita na pampalasa ng kalabasa pie
- 2 kutsarita ng baking soda
- ½ kutsarita fine-grain sea salt

KREMAKESO MAKINANG:
- 4 ounces kremakeso, pinalambot
- ¼ tasa unsalted butter, pinalambot
- ½ kutsarita vanilla extract
- 1 ¾ tasa ng asukal ng confectioner
- ¼ tasa kalahati at kalahati o gatas

MGA CATIED WALKULAY NG NUWESS:
- 1 kutsarang unsalted butter
- 1 kutsarita vanilla extract
- 1 tasa ng walkulay ng nuwes halves at piraso
- ¼ tasa ng butil na asukal
- ½ kutsarita ng giniling na luya
- ½ kutsarita ng giniling na kanela
- ¼ kutsarita ng giniling na mga clove

MGA TAGUBILIN:
KEIK:
a) Painitin muna ang oven sa 350°F. Mag-spray ng 10-inch fluted tube pan o bundt pan na may flour-based baking spray (inirerekomenda: Baker's Joy).
b) Sa isang malaking mangkok, haluin ang kalabasa, asukal, itlog, at mantika hanggang sa mahusay na pinaghalo.
c) Sa isang hiwalay na mangkok, haluin ang harina, pambalasa ng kalabasa pie, baking soda, at asin. Dahan-dahang ihalo ang mga tuyong sangkap sa pinaghalong kalabasa hanggang sa mahusay na pinaghalo.

d) Ibuhos ang batter sa inihatang baking pan at i-bake sa loob ng 50-55 mikulay ng nuweso o hanggang malinis ang isang toothpick na ipinasok malapit sa gitna. Hayaang lumamig ang keik sa kawali sa loob ng 10 mikulay ng nuweso bago ito ilagay sa wire rack. Ganap na cool.

KREMAKESO MAKINANG:
e) Sa isang maliit na mangkok, talunin ang kremakeso, butter, at vanilla extract hanggang sa timpla.
f) Dahan-dahang ihalo ang asukal sa confectioner, pagkatapos ay idagdag ang kalahati at kalahati (o gatas) hanggang sa makinis at maayos ang timpla.
g) Ibuhos ang Makinang sa ibabaw ng keik, hayaan itong kumalat at dumaloy sa mga gilid.

MGA CATIED WALKULAY NG NUWESS:
h) Matunaw ang mantikilya sa isang kawali o kasirola sa katamtamang init. Magdagdag ng vanilla extract at granulated sugar, madalas na pagpapakilos upang maiwasan ang pagkasunog.
i) Kapag nagsimulang matunaw ang asukal, idagdag ang kanela, luya, at mga clove. Haluin hanggang sa maayos ang timpla.
j) Magdagdag ng mga walkulay ng nuwess at pukawin hanggang ang mga mani ay mahusay na pinahiran.
k) Patayin ang apoy at agad na satok ang mga halves at piraso ng walkulay ng nuwes sa isang sheet ng parchment paper, paghiwalayin ang mga ito upang maiwasan ang pagkumpol.
l) Kapag ang mga mani ay pinalamig at ang patong ay tumigas (mga 5 mikulay ng nuweso), iwisik ang mga ito sa ibabaw ng iced keik.
m) Ihain at tamasahin ang nakakatuwang kumbinasyon ng mga lasa!

75. Limon KremaKeso Bundt Keik

MGA INGREDIENTS:
PARA SA LIMON KEIK:
- 3 tasang all-purpose na harina
- ¾ kutsarita ng baking soda
- ½ kutsarita ng asin
- 1 tasang unsalted butter, pinalambot
- 2 ¼ tasa ng butil na asukal
- 3 malalaking itlog
- 1 kutsarang limon zest
- 2 kutsarang limon juice (bagong kinatas)
- 2 kutsarita ng vanilla extract
- 1 tasa ng kulay-gatas, temperatura ng kuwarto
- Dilaw na pangkulay ng pagkain

PARA SA KREMAKESO FILLING:
- 8 ounces kremakeso, pinalambot
- ½ tasa ng butil na asukal
- 1 malaking itlog
- 1 kutsarang limon zest
- 1 kutsarita vanilla extract

PARA SA MAKINANG:
- 2 tasang powdered sugar
- 4-5 tablespoons buong gatas

MGA TAGUBILIN:
PARA SA LIMON KEIK:

a) Painitin muna ang oven sa 325 degrees Fahrenheit. I-spray ang isang statard-sized na 10-inch bundt pan na may nonstick spray, na tinitiyak ang saklaw sa lahat ng sulok at siwang.

b) Sa isang medium-sized na mangkok, haluin ang harina, baking soda, at asin. Itabi.

c) Sa isang stat mixer na may paddle attachment o isang malaking bowl na may hat mixer, pagsamahin ang mantikilya at asukal hanggang sa magaan at malambot. Kuskusin ang mga gilid.

d) Magdagdag ng mga itlog nang paisa-isa, ganap na isama ang bawat isa bago idagdag ang susunod.

e) Paghaluin ang limon zest, limon juice, at vanilla. Kuskusin ang ilalim at gilid ng mangkok.
f) Idagdag ang kalahati ng pinaghalong harina, ihalo hanggang sa pagsamahin lamang, pagkatapos ay idagdag ang kalahati ng kulay-gatas. Ulitin gamit ang natitirang harina at kulay-gatas, siguraduhing kiskisan ang mangkok para sa pagkakumpleto.
g) Ipakilala ang pangkulay ng pagkain at ihalo hanggang sa makuha ang ninanais na kulay nang walang mga guhit. Itabi ang batter.

PARA SA KREMAKESO FILLING:
h) Sa isa pang medium na mangkok, i-whip kremakeso hanggang makinis gamit ang kamay o stat mixer.
i) Magdagdag ng asukal at haluin hanggang sa pinagsama.
j) Paghaluin ang itlog, limon zest, at vanilla extract hanggang sa makinis at pinagsama.
k) Ibuhos ang halos kalahati ng keik batter sa inihatang bundt pan.
l) Kutsara ang kremakeso filling sa ibabaw ng keik batter, iwasan ang mga gilid at gitna ng kawali.
m) Idagdag ang natitirang keik batter sa ibabaw at pakinisin ito nang pantay-pantay.
n) I-bake ang keik sa loob ng 60 hanggang 75 mikulay ng nuweso, o hanggang sa malinis ang toothpick. Ang ilang mga basa-basa na mumo ay katanggap-tanggap.
o) Hayaang lumamig ang keik sa kawali sa loob ng 10 mikulay ng nuweso, pagkatapos ay i-invert ito sa wire rack upang ganap na lumamig.

PARA SA MAKINANG:
p) Kapag lumamig na ang keik, gawin ang Makinang sa pamamagitan ng paghahalo ng powdered sugar at gatas sa isang medium-sized na mangkok hanggang makinis. Magsimula sa 4 na kutsara ng gatas at magdagdag ng higit pa kung kinakailangan. Ang Makinang ay dapat na makapal ngunit maaaring ibuhos.
q) Ilagay ang keik sa isang keik stat o serving plate. Ibuhos ang Makinang nang pantay-pantay sa keik.
r) Hayaang mag-set ang Makinang nang mga 30 mikulay ng nuweso.
s) Hiwain ito at tikman ang masarap na kumbinasyon ng limon, kremakeso, at tamis. Enjoy!

76. Tsokolate KremaKeso Bundt Keik

MGA INGREDIENTS:
PARA SA KEIK:
- ½ tasa (113g) mantikilya, temperatura ng kuwarto
- ½ tasa (110g) langis ng gulay
- 1 ½ tasa (300g) ng asukal
- 3 itlog
- 1 kutsarita (5g) vanilla extract
- 1 tasa (240g) buttermilk
- 2 ¼ tasa (280g) na all-purpose na harina
- ¾ tasa (90g) pulbos ng kakaw
- 3 kutsarita (12g) baking powder
- 1 kutsarita (5g) asin

PARA SA KREMAKESO FILLING:
- 12 ounces (350g) kremakeso, temperatura ng kuwarto
- ¼ tasa (50g) granulated sugar
- 1 itlog
- 1 kutsarita (5g) vanilla extract

PARA SA TSOKOLATE GANACHE:
- 4 ounces (120g) semisweet na tsokolate
- ½ tasa (120g) whipping cream

MGA TAGUBILIN:

a) Painitin muna ang oven sa 350F (180C). Mantikilya at alikabok na may harina sa isang 9 o 10-pulgada (23-25cm) na bundt pan.

IHATA ANG TSOKOLATE KEIK BATTER:

b) Sa isang malaking mangkok, haluin ang harina, cocoa powder, asin, at baking powder. Itabi.

c) Sa isa pang mangkok, paghaluin ang mantikilya na may asukal at langis ng gulay hanggang mag-atas. Isama ang mga itlog nang paisa-isa. Magdagdag ng vanilla extract at ihalo upang pagsamahin.

d) Habang mababa ang mixer, unti-unting pagdaragdag ng buttermilk at pinaghalong harina hanggang sa maayos ang lahat. Itabi.

GAWIN ANG KREMAKESO FILLING:

e) Sa isang malaking mangkok, paghaluin ang kremakeso hanggang makinis.

f) Magdagdag ng asukal, itlog, at vanilla extract, at ihalo hanggang sa maayos na pinagsama.

I-ASSEMBLE ANG KEIK:

g) Ibuhos ang halos isang-katlo hanggang kalahati ng tsokolate batter sa inihatang kawali. Gamitin ang likod ng isang kutsara upang lumikha ng isang kanal.

h) Maingat na ilagay ang pagpuno ng kremakeso sa gitna. Dahan-dahang ilagay ang natitirang bahagi ng tsokolate batter sa ibabaw ng kremakeso filling at sa mga gilid.

i) Maghurno ng humigit-kumulang 60-65 mikulay ng nuweso o hanggang sa malinis na lumabas ang isang toothpick na ipinasok sa gitna.

j) Hayaang lumamig nang bahagya sa kawali sa isang rack para sa mga 10-15 mikulay ng nuweso. Baliktarin at palamig nang lubusan.

Ihata ang TSOKOLATE GANACHE:

k) Ilagay ang tsokolate at kremasa isang mangkok na hindi tinatablan ng init at ilagay sa isang kawali na may kumukulong tubig. Matunaw sa mababang init.

l) Ibuhos ang ganache sa tsokolate bundt keik. Hayaang i-set ito nang bahagya bago ihain.

m) Panatilihin ang mga natira sa refrigerator. Tangkilikin ang pagkabulok!

77.Kesokeik-Pag-inoged Karota Bundt Keik

MGA INGREDIENTS:
- 2 ¼ tasa ng all-purpose na harina
- 1 ½ kutsarita ng baking powder
- 1 kutsarita ng baking soda
- ½ kutsarita ng asin
- ½ kutsarita ng giniling na kanela
- ¼ kutsarita ng ground kulay ng nuwesmeg
- 2 tasang gikulay ng nuwesay-gutay na karot
- 1 ½ tasang naka-pack na light brown sugar
- ¾ tasa ng dinurog na pinya, hindi pinatuyo
- 4 na itlog
- 1 tasa ng langis ng gulay
- 1 kutsarita ng vanilla
- ½ tasang tinadtad na pecan
- 1 pakete (250 g) kremakeso, pinalambot
- ⅓ tasa ng butil na asukal
- 1 itlog
- 1 kutsarita ng vanilla
- 1 ½ tasang icing sugar
- ½ kutsarita ng vanilla
- 3 hanggang 4 na kutsarang gatas o mabigat na whipping cream
- Karagdagang mga pecan, para sa dekorasyon, ayon sa ninanais

MGA TAGUBILIN:

a) Painitin ang oven sa 350° F. I-spray ang isang 12-cup fluted tube keik pan na may spray sa pagluluto, o grasa ng mantikilya at bahagyang harina.
b) Sa isang malaking mangkok, paghaluin ang harina, baking powder, baking soda, asin, cinnamon, at kulay ng nuwesmeg. Magdagdag ng mga gikulay ng nuwesay-gutay na karot; ihagis sa amerikana. Sa isang medium na mangkok, talunin ang brown sugar, pinya, 4 na itlog, langis ng gulay, at 1 kutsarita ng vanilla. Idagdag sa mga tuyong sangkap; haluin lang hanggang sa pinagsama. Haluin ang tinadtad na pecans.
c) Sa isang katamtamang mangkok, talunin ang mga sangkap ng KremaKeso Pag-inog na may whisk hanggang makinis.
d) Ibuhos ang kalahati ng keik batter sa kawali. Kutsara ang pinaghalong kremakeso sa itaas, na nag-iiwan ng 1 pulgada sa paligid ng mga gilid. Kutsara ang natitirang keik batter sa ibabaw.
e) Maghurno ng humigit-kumulang 60 mikulay ng nuweso o hanggang sa bumalik ang keik kapag pinindot nang dahan-dahan. Palamigin sa kawali sa loob ng 15 mikulay ng nuweso, pagkatapos ay alisin sa isang cooling rack upang ganap na lumamig, mga 1 oras.
f) Sa isang katamtamang mangkok, paghaluin ang icing sugar, ½ kutsarita ng vanilla, at sapat na gatas upang makagawa ng makapal ngunit maibuhos na Makinang. Dahan-dahang ibuhos ang pinalamig na keik; tuktok na may pecans. Hayaang tumayo ng 30 mikulay ng nuweso para matuyo ang frosting bago ihain.

78.Key Lime Strawbaya Kesokeik Bundt Keik

MGA INGREDIENTS:

KESOKEIK FILLING:
- 8 ounces kremakeso
- ½ tasa ng butil na asukal
- 1 itlog
- 1 kutsarita vanilla extract
- 2 kutsarita ng all-purpose na harina

KEIK BASE:
- 2 tasang all-purpose na harina
- 1 kutsarita ng baking powder
- ½ kutsarita ng kosher na asin
- 1 tasang unsalted butter
- 1 ⅔ tasa ng butil na asukal
- 4 na itlog
- ½ kutsarang vanilla extract
- ⅔ tasa ng gatas

KEY LIME KEIK:
- 1 katas ng kalamansi
- 2 limes zsted
- Pangkulay ng berdeng pagkain

STRAWBAYA KEIK:
- ½ tasang strawbaya, hinukay at tinadtad
- Kulay rosas na pagkain

STRAWBAYA LIME MAKINANG:
- 4 ounces kremakeso
- ½ tasa ng pulbos na asukal, sinala
- 3 kutsarang katas ng kalamansi
- ½ kutsarita ng lime zest
- 2 strawbaya, hinukay at tinadtad

MGA TAGUBILIN:
KESOKEIK FILLING:
a) Sa mangkok ng isang electric mixer, talunin ang kremakeso at asukal hanggang sa mahusay na pinagsama. Idagdag ang itlog, banilya, at harina hanggang sa mahusay na pinagsama. Itabi.

KEIK BASE:
b) Painitin muna ang oven sa 325 degrees F at lagyan ng grasa ang isang 10-cup Heritage bundt pan na may cooking spray.
c) Sa isang medium na mangkok, haluin ang harina, baking powder, at asin. Itabi.
d) Sa isang stat mixer, kremabutter at asukal sa loob ng 4-5 mikulay ng nuweso sa medium-high speed hanggang sa maputla at malambot.
e) Haluin ang mga itlog nang paisa-isa, ganap na isama pagkatapos ng bawat karagdagan. Magdagdag ng vanilla.
f) Gamit ang mixer sa mababang bilis, idagdag ang pinaghalong harina na halili sa gatas, paghahalo hanggang sa pinagsama lamang.
g) Hatiin ang batter sa 2 mangkok. I-fold ang lime juice, zest, at berdeng kulay ng pagkain sa isa, at sariwang strawbaya at kulay rosas na kulay ng pagkain sa isa.
h) Maghata ng 2 pastry bag at punuin ang bawat isa ng isa sa mga batter. I-pipe ang batter, papalitan ang mga kulay, sa mga fold ng bundt pan, mag-ingat upang maiwasan ang pagbuhos sa iba pang mga fold.
i) Kapag napuno na ang mga fold, patuloy na punan ang kawali hanggang sa kalahating puno. Ibuhos ang pagpuno ng kesokeik sa gitna ng batter, hindi pinapayagan itong hawakan ang mga gilid ng kawali. Pipe ang natitirang batter sa alternating layer at Marmol ito kung gusto. Ikalat ang batter nang pantay-pantay.
j) Maghurno sa loob ng 55-60 mikulay ng nuweso, o hanggang malinis ang isang skewer.
k) Alisin mula sa oven at ilipat ang kawali sa isang cooling rack sa loob ng 10-15 mikulay ng nuweso. Paluwagin ang keik sa pamamagitan ng pagtapik nito sa counter upang lumuwag ito, pagkatapos ay i-on ang keik sa isang cooling rack upang ganap na lumamig.

STRAWBAYA LIME MAKINANG:

l) Pagsamahin ang kremakeso at powdered sugar sa isang maliit na mangkok. Gumamit ng isang panghalo sa cream, paghahalo hanggang sa maayos na pinagsama.

m) Ilagay ang katas ng kalamansi, zest, at tinadtad na strawbaya sa isang mortar o sa ilalim ng baso. Haluin sa pinaghalong kremakeso, magdagdag ng higit pang katas ng kalamansi kung kinakailangan upang manipis.

n) Ibuhos ang Makinang sa mainit na keik. Palamutihan ng hiniwang strawbaya at lime zest.

79.Asulbaya Limon Mascarpone Bundt Keik

MGA INGREDIENTS:
- 2 tasang all-purpose na harina
- 1 tasa ng butil na asukal
- 1/2 tasa unsalted butter, pinalambot
- 1/2 tasa ng mascarpone keso, pinalambot
- 1/2 tasa ng gatas
- 2 itlog
- 1 kutsarita vanilla extract
- 1 kutsarang limon zest
- 1 kutsarang limon juice
- 1 kutsarita ng baking powder
- 1/2 kutsarita ng baking soda
- 1/4 kutsarita ng asin
- 1 tasang sariwang asulberries

PARA SA MAKINANG:
- 1 tasang may pulbos na asukal
- 2 kutsarang limon juice
- Karagdagang limon zest para sa dekorasyon

MGA TAGUBILIN:
a) Painitin muna ang iyong oven sa 350°F (175°C). Grasa at harina ang isang bundt pan.
b) Sa isang malaking mixing bowl, i-kremaang mantikilya, mascarpone keso, at granulated sugar hanggang sa magaan at malambot.
c) Talunin ang mga itlog, isa-isa, pagkatapos ay ihalo ang vanilla extract, limon zest, at limon juice.
d) Sa isang hiwalay na mangkok, pagsamahin ang harina, baking powder, baking soda, at asin.
e) Dahan-dahang idagdag ang mga tuyong sangkap sa mga basang sangkap, na kahalili ng gatas. Haluin hanggang pagsamahin lang.
f) Dahan-dahang tiklupin ang mga sariwang asulberries.
g) Ibuhos ang batter sa inihatang bundt pan at pakinisin ang ibabaw gamit ang spatula.
h) Maghurno ng 45-50 mikulay ng nuweso, o hanggang sa malinis na lumabas ang isang toothpick na ipinasok sa gitna.
i) Hayaang lumamig ang keik sa kawali sa loob ng 10 mikulay ng nuweso bago ito ilipat sa wire rack upang ganap na lumamig.
j) Para gawin ang Makinang, haluin ang powdered sugar at limon juice hanggang makinis. Ibuhos ang Makinang sa pinalamig na keik at budburan ng karagdagang limon zest.
k) Hayaang matuyo ang Makinang bago hiwain at ihain.

80. Ricotta Orange Pili Bundt Keik

MGA INGREDIENTS:
- 2 tasang all-purpose na harina
- 1 tasa ng butil na asukal
- 1/2 tasa unsalted butter, pinalambot
- 1 tasang ricotta keso
- 1/4 tasa sariwang orange juice
- Sarap ng 1 orange
- 2 itlog
- 1 kutsarita vanilla extract
- 1 kutsarita pili extract
- 1 kutsarita ng baking powder
- 1/2 kutsarita ng baking soda
- 1/4 kutsarita ng asin
- 1/2 cup sliced pilis, para sa dekorasyon

MGA TAGUBILIN:
a) Painitin muna ang iyong oven sa 350°F (175°C). Grasa at harina ang isang bundt pan.
b) Sa isang malaking mixing bowl, i-kremaang butter, ricotta keso, at granulated sugar hanggang sa magaan at malambot.
c) Talunin ang mga itlog, isa-isa, pagkatapos ay ihalo ang vanilla extract, pili extract, orange juice, at orange zest.
d) Sa isang hiwalay na mangkok, pagsamahin ang harina, baking powder, baking soda, at asin.
e) Dahan-dahang idagdag ang mga tuyong sangkap sa mga basang sangkap, paghahalo hanggang sa pagsamahin lamang.
f) Ibuhos ang batter sa inihatang bundt pan at pakinisin ang ibabaw gamit ang spatula.
g) Maghurno ng 45-50 mikulay ng nuweso, o hanggang sa malinis na lumabas ang isang toothpick na ipinasok sa gitna.
h) Hayaang lumamig ang keik sa kawali sa loob ng 10 mikulay ng nuweso bago ito ilipat sa wire rack upang ganap na lumamig.
i) Kapag lumamig na, iwisik ang hiniwang pili sa ibabaw ng keik.
j) Hiwain at ihain.

81.Maple Pecan KremaKeso Bundt Keik

MGA INGREDIENTS:
- 2 tasang all-purpose na harina
- 1 tasa ng butil na asukal
- 1/2 tasa unsalted butter, pinalambot
- 1 tasa ng kremakeso, pinalambot
- 1/4 tasa ng maple syrup
- 1/4 tasa ng gatas
- 2 itlog
- 1 kutsarita vanilla extract
- 1 kutsarita ng baking powder
- 1/2 kutsarita ng baking soda
- 1/4 kutsarita ng asin
- 1 tasang tinadtad na pecan

PARA SA MAKINANG:
- 1/2 tasa ng asukal sa pulbos
- 2 kutsarang maple syrup
- 1 kutsarang gatas

MGA TAGUBILIN:

a) Painitin muna ang iyong oven sa 350°F (175°C). Grasa at harina ang isang bundt pan.
b) Sa isang malaking mangkok ng paghahalo, pagsamahin ang mantikilya, kremakeso, at granulated sugar hanggang sa magaan at malambot.
c) Talunin ang mga itlog, isa-isa, pagkatapos ay ihalo ang maple syrup, gatas, at vanilla extract.
d) Sa isang hiwalay na mangkok, pagsamahin ang harina, baking powder, baking soda, at asin.
e) Dahan-dahang idagdag ang mga tuyong sangkap sa mga basang sangkap, paghahalo hanggang sa pagsamahin lamang.
f) I-fold ang tinadtad na pecans.
g) Ibuhos ang batter sa inihatang bundt pan at pakinisin ang ibabaw gamit ang spatula.
h) Maghurno ng 45-50 mikulay ng nuweso, o hanggang sa malinis na lumabas ang isang toothpick na ipinasok sa gitna.
i) Hayaang lumamig ang keik sa kawali sa loob ng 10 mikulay ng nuweso bago ito ilipat sa wire rack upang ganap na lumamig.
j) Upang gawin ang Makinang, haluin ang powdered sugar, maple syrup, at gatas hanggang sa makinis. Ibuhos ang Makinang sa pinalamig na keik.
k) Hayaang matuyo ang Makinang bago hiwain at ihain.

82.Raspbaya Puti Tsokolate Keso Bundt Keik

MGA INGREDIENTS:
- 2 tasang all-purpose na harina
- 1 tasa ng butil na asukal
- 1/2 tasa unsalted butter, pinalambot
- 1 tasa ng kremakeso, pinalambot
- 1/4 tasa ng gatas
- 2 itlog
- 1 kutsarita vanilla extract
- 1 tasang sariwang raspbaya
- 1/2 tasa puting tsokolate chips

PARA SA MAKINANG:
- 1/2 tasa puting tsokolate chips
- 2 kutsarang mabigat na cream
- Karagdagang sariwang raspbaya para sa dekorasyon

MGA TAGUBILIN:
a) Painitin muna ang iyong oven sa 350°F (175°C). Grasa at harina ang isang bundt pan.
b) Sa isang malaking mangkok ng paghahalo, pagsamahin ang mantikilya, kremakeso, at granulated sugar hanggang sa magaan at malambot.
c) Talunin ang mga itlog, isa-isa, pagkatapos ay ihalo ang gatas at vanilla extract.
d) Sa isang hiwalay na mangkok, pagsamahin ang harina at puting tsokolate chips.
e) Dahan-dahang idagdag ang mga tuyong sangkap sa mga basang sangkap, paghahalo hanggang sa pagsamahin lamang.
f) Dahan-dahang tiklupin ang mga sariwang raspbaya.
g) Ibuhos ang batter sa inihatang bundt pan at pakinisin ang ibabaw gamit ang spatula.
h) Maghurno ng 45-50 mikulay ng nuweso, o hanggang sa malinis na lumabas ang isang toothpick na ipinasok sa gitna.
i) Hayaang lumamig ang keik sa kawali sa loob ng 10 mikulay ng nuweso bago ito ilipat sa wire rack upang ganap na lumamig.
j) Upang gawin ang Makinang, tunawin ang puting tsokolate chips at mabigat na kremanang magkasama sa isang mangkok na ligtas sa microwave, hinahalo hanggang makinis. Ibuhos ang Makinang sa pinalamig na keik at palamutihan ng karagdagang mga sariwang raspbaya.
k) Hayaang matuyo ang Makinang bago hiwain at ihain.

BOOZY BUNDT KEIKS

83.Limoncello Bundt Keik

MGA INGREDIENTS:
PARA SA KEIK:
- 2 ½ tasang all-purpose na harina
- 2 kutsarita ng baking powder
- ½ kutsarita ng asin
- 1 tasang unsalted butter, pinalambot
- 2 tasang granulated sugar
- 4 malalaking itlog
- 1 kutsarita vanilla extract
- ¼ tasa Limoncello liqueur
- ½ tasang gatas

PARA SA MAKINANG:
- 1 tasang may pulbos na asukal
- 2 kutsarang Limoncello liqueur
- 1 kutsarang sariwang limon juice
- Limon zest para sa dekorasyon

MGA TAGUBILIN:

a) Painitin muna ang oven sa 350°F (175°C). Grasa at harina ang isang Bundt pan.

b) Sa isang medium bowl, haluin ang harina, baking powder, at asin.

c) Sa isang malaking mangkok ng paghahalo, pagsamahin ang mantikilya at granulated asukal hanggang sa magaan at malambot.

d) Talunin ang mga itlog, isa-isa, na sinusundan ng vanilla extract.

e) Dahan-dahang idagdag ang mga tuyong sangkap sa pinaghalong mantikilya, na kahalili ng Limoncello liqueur at gatas. Magsimula at magtapos sa mga tuyong sangkap.

f) Ibuhos ang batter sa inihatang Bundt pan at ikalat ito nang pantay-pantay.

g) Maghurno ng 45-50 mikulay ng nuweso, o hanggang sa malinis na lumabas ang isang toothpick na ipinasok sa gitna.

h) Alisin ang keik mula sa oven at hayaan itong lumamig sa kawali sa loob ng 10 mikulay ng nuweso. Pagkatapos ay ilipat ito sa isang wire rack upang ganap na palamig.

i) Sa isang maliit na mangkok, haluin ang powdered sugar, Limoncello liqueur, at sariwang limon juice para gawing Makinang.

j) Ibuhos ang Makinang sa pinalamig na keik.

k) Palamutihan ng limon zest.

l) Hatiin at ihain ang masarap na Homemade Limoncello Bundt Keik.

84. Baileys Libra Keik

MGA INGREDIENTS:
PARA SA LIBRA KEIK:
- 1 tasang buong gatas
- 1 kutsarang puting suka
- 3 tasang all-purpose na harina
- 2 kutsarita ng giniling na kanela
- ½ kutsarita ng baking soda
- ½ kutsarita ng asin
- 1 tasang unsalted butter, pinalambot
- 2 ¾ tasa ng butil na asukal
- 4 malalaking itlog
- 1 kutsarang vanilla extract
- ¼ tasa Baileys

PARA SA BAILEYS SARSA:
- ½ tasang unsalted butter
- ½ tasang naka-pack na brown sugar
- ½ tasa ng butil na asukal
- ⅓ tasa kalahati at kalahati
- 3 kutsara Baileys

MGA TAGUBILIN:
a) Painitin muna ang oven sa 325°F. Grasa ang isang 10-pulgadang bundt pan na may baking spray o mantikilya at harina ito. Itabi.
b) Sa isang maliit na mangkok, haluin ang gatas at suka. Itabi. Sa isang medium na mangkok, haluin ang harina, kanela, baking soda, at asin. Itabi.
c) Sa isang malaking mangkok ng stat mixer, kremabutter, at asukal hanggang sa magaan at malambot. Talunin ang mga itlog nang paisa-isa, pagkatapos ay ihalo ang vanilla extract hanggang sa mahusay na pinagsama. Talunin sa pinaghalong harina na kahalili ng gatas at Baileys.
d) Ibuhos ang batter sa inihatang bundt pan. Maghurno sa loob ng 55 hanggang 65 mikulay ng nuweso, hanggang sa mailagay ang gitna at malinis ang isang toothpick na ipinasok. Hayaang lumamig ang keik ng 30 mikulay ng nuweso bago i-invert sa keik plate.

AMARETTO SARSA:
e) Pagsamahin ang mantikilya, brown sugar, at granulated sugar sa isang maliit na kasirola. Init sa katamtamang init, madalas na pagpapakilos, hanggang sa makinis. Idagdag ang kremaat Baileys at pakuluan. Pakuluan ng 7 mikulay ng nuweso, madalas na pagpapakilos. Alisin mula sa init at hayaang lumamig ng 10 mikulay ng nuweso.
f) Ihain nang mainit ang libra keik at ibuhos ang bawat hiwa ng Baileys Sarsa.

85. Irish Coffee Keik na may Whisky Sarsa

MGA INGREDIENTS:
BUNDT KEIK:
- 6 ounces unsalted butter, room temperature, hiwa-hiwain, dagdag pa sa grasa
- 8 ounces brown sugar
- 5 ounces malakas na brewed na kape, temperatura ng kuwarto
- 2 ounces Irish whisky
- 3 malalaking itlog, kasama ang 1 pula ng itlog, mula sa isang malaking itlog
- 1 kutsarita vanilla extract
- 12 ½ ounces all-purpose na harina
- 1 kutsarang baking powder
- 1 kutsarita ng baking soda
- ⅛ kutsarita ng asin

WHISKEY CARAMEL SARSA:
- 3 ounces unsalted butter, hiwa-hiwain
- 3 onsa brown sugar
- 2 ounces Irish whisky
- 1 kurot na asin
- 2 ounces mabigat na whipping cream

MGA TAGUBILIN:
PARA SA BUNDT KEIK:
a) Painitin muna ang oven sa 350°F (175°C). Grasa ang isang Bundt keik pan na may mantikilya.
b) Sa isang mixing bowl, pagsamahin ang room-temperature butter at brown sugar hanggang sa magaan at malambot.
c) Idagdag ang brewed coffee, Irish whisky, itlog, egg yolk, at vanilla extract sa creamed mixture. Haluing mabuti.
d) Sa isang hiwalay na mangkok, haluin ang all-purpose na harina, baking powder, baking soda, at asin.
e) Dahan-dahang idagdag ang mga tuyong sangkap sa mga basang sangkap, paghahalo hanggang sa pagsamahin lamang.
f) Ibuhos ang batter sa inihatang Bundt pan, ikalat ito nang pantay-pantay.
g) Maghurno sa preheated oven nang mga 45-50 mikulay ng nuweso o hanggang sa malinis na lumabas ang toothpick na ipinasok sa gitna.
h) Hayaang lumamig ang keik ng 10 mikulay ng nuweso sa kawali bago ito ilipat sa wire rack upang ganap na lumamig.

PARA SA WHISKEY CARAMEL SARSA:
i) Sa isang kasirola sa katamtamang init, matunaw ang mantikilya para sa sarsa ng karamelo.
j) Magdagdag ng brown sugar, Irish whisky, at isang pakurot ng asin. Haluin ng tuluy-tuloy hanggang sa matunaw ang asukal at maging makinis ang timpla.
k) Dahan-dahang idagdag ang heavy whipping kremahabang hinahalo. Ipagpatuloy ang pagluluto ng ilang mikulay ng nuweso pa hanggang sa lumapot ang sarsa.
l) Alisin mula sa init at hayaan itong lumamig nang bahagya.

ASSEMBLY:
m) Kapag ang keik ay ganap na lumamig, ibuhos ang Whiskey Caramel Sarsa sa ibabaw.
n) Hatiin at ihain, tinatamasa ang masaganang lasa ng Irish na kape sa anyo ng keik.

86. Amaretto Bundt Keik

MGA INGREDIENTS:
KEIK:
- 2 ½ tasang harina
- ¾ kutsarita na walang aluminum na baking powder
- ¼ kutsarita ng baking soda
- ½ kutsarita ng asin
- 10 kutsarang unsalted butter, sa temperatura ng kuwarto
- 3 ounces pili paste, cubed
- 1 ¼ tasa ng asukal
- 2 malalaking itlog, sa temperatura ng kuwarto
- 1 tasang low-fat buttermilk, sa temperatura ng kuwarto
- 2 kutsarang Amaretto
- 1 kutsarita purong pili extract

MAKINANG:
- 1 kutsarang tinunaw na mantikilya
- Kurot ng asin
- 1/16 kutsarita purong pili extract
- 1 kutsarang Amaretto
- 1 kutsarang gatas
- ¾ tasa ng pulbos na asukal, sinala

MGA TAGUBILIN:

a) Painitin muna ang oven sa 350°F at bukas-palad na mag-spray ng 10-cup bundt pan na may nonstick spray. Sa isang katamtamang mangkok, haluin ang harina, baking powder, baking soda, at asin.

b) Sa isang malaking mangkok ng panghalo, talunin ang mantikilya, pili paste, at asukal sa katamtamang bilis hanggang sa maputla at malambot. Bawasan ang bilis sa mababang at magdagdag ng mga itlog nang paisa-isa.

c) Pagsamahin ang buttermilk, Amaretto, at pili extract sa isang maliit na mangkok. Talunin ang pinaghalong harina sa tatlong karagdagan, na alternating sa pinaghalong buttermilk (nagsisimula at nagtatapos sa pinaghalong harina), hanggang sa maisama.

d) Ilagay ang batter sa inihatang bundt pan at pakinisin ito gamit ang offset spatula. Tapikin ang kawali nang husto upang mabawasan ang mga bula ng hangin.

e) Maghurno sa loob ng 40 hanggang 45 mikulay ng nuweso, hanggang sa maging ginintuang ang keik, bumalik sa pagpindot, at ang isang tester na ipinasok sa gitna ay lumabas na malinis o may ilang mga mumo na nakakabit. Palamigin sa kawali sa isang wire rack sa loob ng 10 mikulay ng nuweso; maingat na baligtarin sa rack at ganap na palamig.

f) Para sa Makinang, haluin ang tinunaw na mantikilya, asin, pili extract, Amaretto, gatas, at asukal sa pulbos sa isang maliit na mangkok. Ibuhos ang Makinang sa ibabaw ng keik at hayaang matuyo ito bago ihain.

g) Itabi ang mga natirang pagkain sa isang lalagyan ng airtight sa temperatura ng kuwarto.

87. Rum Raisin Bundt Keik

MGA INGREDIENTS:
- 1 tasang maitim na rum
- 1 tasang pasas
- 3 tasang all-purpose na harina
- 1 kutsarita ng baking powder
- 1/2 kutsarita ng baking soda
- 1/2 kutsarita ng asin
- 1 tasang unsalted butter, pinalambot
- 2 tasang granulated sugar
- 4 na itlog
- 1 kutsarita vanilla extract
- 1 tasa ng kulay-gatas

MAKINANG:
- 1 tasang may pulbos na asukal
- 2-3 tablespoons madilim rum
- 1 kutsarang mabigat na cream

MGA TAGUBILIN:
a) Painitin ang oven sa 350°F (175°C). Grasa at harina ang isang bundt pan.
b) Sa isang maliit na kasirola, painitin ang rum sa mahinang apoy. Magdagdag ng mga pasas at hayaang magbabad sa loob ng 15-20 mikulay ng nuweso. Patuyuin at itabi.
c) Sa isang katamtamang mangkok, haluin ang harina, baking powder, baking soda, at asin.
d) Sa isang malaking mangkok, pagsamahin ang mantikilya at asukal hanggang sa magaan at malambot. Talunin ang mga itlog, isa-isa, pagkatapos ay ihalo sa vanilla. Dahan-dahang magdagdag ng mga tuyong sangkap sa pinaghalong mantikilya, na kahalili ng kulay-gatas, nagsisimula at nagtatapos sa mga tuyong sangkap. Tiklupin sa babad na pasas.
e) Ibuhos ang batter sa inihatang kawali. Maghurno ng 50-60 mikulay ng nuweso o hanggang sa lumabas na malinis ang isang toothpick na ipinasok sa gitna. Palamigin sa kawali sa loob ng 10 mikulay ng nuweso, pagkatapos ay i-invert sa isang wire rack upang ganap na lumamig.
f) Para sa Makinang, haluin ang powdered sugar, rum, at heavy kremahanggang makinis. Ibuhos ang pinalamig na keik.

88.Bourbon Tsokolate Bundt Keik

MGA INGREDIENTS:
- 1 tasang unsalted butter
- 1/3 tasa ng unsweetened cocoa powder
- 1 tasang tubig
- 2 tasang granulated sugar
- 2 tasang all-purpose na harina
- 1 kutsarita ng baking soda
- 1/2 kutsarita ng asin
- 2 malalaking itlog
- 1/2 tasa ng kulay-gatas
- 1 kutsarita vanilla extract
- 1/4 tasa ng bourbon

MAKINANG:
- 1 tasang may pulbos na asukal
- 2 kutsarang bourbon
- 1 kutsarang gatas

MGA TAGUBILIN:

a) Painitin ang oven sa 350°F (175°C). Grasa at harina ang isang bundt pan.

b) Sa isang medium sarsapan, pagsamahin ang mantikilya, cocoa powder, at tubig. Pakuluan, patuloy na pagpapakilos. Alisan sa init.

c) Sa isang malaking mangkok, haluin ang asukal, harina, baking soda, at asin. Magdagdag ng mainit na pinaghalong kakaw at talunin hanggang makinis.

d) Sa isang hiwalay na mangkok, haluin ang mga itlog, kulay-gatas, banilya, at bourbon. Dahan-dahang idagdag sa pinaghalong kakaw, paghaluin hanggang sa mahusay na pinaghalo.

e) Ibuhos ang batter sa inihatang kawali. Maghurno ng 40-45 mikulay ng nuweso o hanggang sa malinis na lumabas ang isang toothpick na ipinasok sa gitna. Palamigin sa kawali sa loob ng 10 mikulay ng nuweso, pagkatapos ay i-invert sa isang wire rack upang ganap na lumamig.

f) Para sa Makinang, haluin ang powdered sugar, bourbon, at gatas hanggang makinis. Ibuhos ang pinalamig na keik.

89. Grat Marnier Orange Bundt Keik

MGA INGREDIENTS:
- 1 tasang unsalted butter, pinalambot
- 2 tasang granulated sugar
- 4 malalaking itlog
- 3 tasang all-purpose na harina
- 1 kutsarang baking powder
- 1/2 kutsarita ng asin
- 1 tasa ng kulay-gatas
- 1/4 tasa Grat Marnier (orange na liqueur)
- Sarap ng 2 dalatan
- 1/4 tasa sariwang orange juice

MAKINANG:
- 1 tasang may pulbos na asukal
- 2-3 kutsarang Grat Marnier
- Orange zest para sa dekorasyon

MGA TAGUBILIN:
a) Painitin ang oven sa 350°F (175°C). Grasa at harina ang isang bundt pan.
b) Sa isang malaking mangkok, pagsamahin ang mantikilya at asukal hanggang sa magaan at malambot. Magdagdag ng mga itlog nang paisa-isa, matalo nang mabuti pagkatapos ng bawat karagdagan.
c) Sa isang hiwalay na mangkok, haluin ang harina, baking powder, at asin. Dahan-dahang idagdag sa pinaghalong kremana halili sa kulay-gatas, simula at nagtatapos sa pinaghalong harina. Haluin ang Grat Marnier, orange zest, at orange juice.
d) Ibuhos ang batter sa inihatang kawali. Maghurno ng 50-60 mikulay ng nuweso o hanggang sa lumabas na malinis ang isang toothpick na ipinasok sa gitna. Palamigin sa kawali sa loob ng 10 mikulay ng nuweso, pagkatapos ay i-invert sa isang wire rack upang ganap na lumamig.
e) Para sa Makinang, haluin ang powdered sugar at Grat Marnier hanggang makinis. Ibuhos ang pinalamig na keik at palamutihan ng orange zest.

90.Kahlua Tsokolate Bundt Keik

MGA INGREDIENTS:
- 1 tasang unsalted butter
- 1/4 tasa ng unsweetened cocoa powder
- 1 tasang tubig
- 2 tasang granulated sugar
- 2 tasang all-purpose na harina
- 1 kutsarita ng baking soda
- 1/2 kutsarita ng asin
- 2 malalaking itlog
- 1/2 tasa ng kulay-gatas
- 1 kutsarita vanilla extract
- 1/2 tasa Kahlua (kape liqueur)

MAKINANG:
- 1 tasang may pulbos na asukal
- 2 kutsarang Kahlua
- 1 kutsarang gatas

MGA TAGUBILIN:
a) Painitin ang oven sa 350°F (175°C). Grasa at harina ang isang bundt pan.
b) Sa isang medium sarsapan, pagsamahin ang mantikilya, cocoa powder, at tubig. Pakuluan, patuloy na pagpapakilos. Alisan sa init.
c) Sa isang malaking mangkok, haluin ang asukal, harina, baking soda, at asin. Magdagdag ng mainit na pinaghalong kakaw at talunin hanggang makinis.
d) Sa isang hiwalay na mangkok, haluin ang mga itlog, kulay-gatas, banilya, at Kahlua. Dahan-dahang idagdag sa pinaghalong kakaw, paghaluin hanggang sa mahusay na pinaghalo.
e) Ibuhos ang batter sa inihatang kawali. Maghurno ng 40-45 mikulay ng nuweso o hanggang sa lumabas na malinis ang isang toothpick na ipinasok sa gitna. Palamigin sa kawali sa loob ng 10 mikulay ng nuweso, pagkatapos ay i-invert sa isang wire rack upang ganap na lumamig.
f) Para sa Makinang, haluin ang powdered sugar, Kahlua, at gatas hanggang makinis. Ibuhos ang pinalamig na keik.

91.Pampalasa Rum at Pinemansanas Bundt Keik

MGA INGREDIENTS:
- 2 tasang all-purpose na harina
- 1 tasa ng butil na asukal
- 1/2 tasa unsalted butter, pinalambot
- 1/2 tasa ng kulay-gatas
- 1/2 tasa ng dinurog na pinya, pinatuyo
- 1/4 tasa ng pampalasa rum
- 2 itlog
- 1 kutsarita vanilla extract
- 1 kutsarita ng baking powder
- 1/2 kutsarita ng baking soda
- 1/4 kutsarita ng asin

PARA SA MAKINANG:
- 1 tasang may pulbos na asukal
- 2 kutsarang pinalasang rum
- 1 kutsarang pinemansanas juice

MGA TAGUBILIN:

a) Painitin muna ang iyong oven sa 350°F (175°C). Grasa at harina ang isang bundt pan.
b) Sa isang malaking mangkok ng paghahalo, pagsamahin ang mantikilya at granulated asukal hanggang sa magaan at malambot.
c) Talunin ang mga itlog, isa-isa, pagkatapos ay ihalo ang vanilla extract.
d) Haluin ang sour cream, durog na pinya, at pampalasa rum hanggang sa maayos na pagsamahin.
e) Sa isang hiwalay na mangkok, pagsamahin ang harina, baking powder, baking soda, at asin.
f) Dahan-dahang idagdag ang mga tuyong sangkap sa mga basang sangkap, paghahalo hanggang sa pagsamahin lamang.
g) Ibuhos ang batter sa inihatang bundt pan at pakinisin ang ibabaw gamit ang spatula.
h) Maghurno ng 45-50 mikulay ng nuweso, o hanggang sa malinis na lumabas ang isang toothpick na ipinasok sa gitna.
i) Hayaang lumamig ang keik sa kawali sa loob ng 10 mikulay ng nuweso bago ito ilipat sa wire rack upang ganap na lumamig.
j) Para gawin ang Makinang, haluin ang powdered sugar, pampalasa rum, at pinemansanas juice hanggang makinis. Ibuhos ang Makinang sa pinalamig na keik.
k) Hayaang matuyo ang Makinang bago hiwain at ihain.

92.Seresa Pili Bundt Keik na binasa ng braty

MGA INGREDIENTS:
- 1 tasang pinatuyong seresa
- 1/2 tasa ng braty
- 2 tasang all-purpose na harina
- 1 tasa ng butil na asukal
- 1/2 tasa unsalted butter, pinalambot
- 1/2 tasa ng kulay-gatas
- 1/2 tasa tinadtad na almendras
- 2 itlog
- 1 kutsarita pili extract
- 1 kutsarita vanilla extract
- 1 kutsarita ng baking powder
- 1/2 kutsarita ng baking soda
- 1/4 kutsarita ng asin

PARA SA MAKINANG:
- 1 tasang may pulbos na asukal
- 2 kutsarang braty

MGA TAGUBILIN:

a) Sa isang maliit na mangkok, ibabad ang pinatuyong seresa sa braty nang hindi bababa sa 1 oras, o magdamag kung maaari.
b) Painitin muna ang iyong oven sa 350°F (175°C). Grasa at harina ang isang bundt pan.
c) Sa isang malaking mangkok ng paghahalo, pagsamahin ang mantikilya at granulated asukal hanggang sa magaan at malambot.
d) Talunin ang mga itlog, isa-isa, pagkatapos ay ihalo ang pili extract at vanilla extract.
e) Haluin ang kulay-gatas hanggang sa maayos na pinagsama.
f) Sa isang hiwalay na mangkok, pagsamahin ang harina, baking powder, baking soda, at asin.
g) Dahan-dahang idagdag ang mga tuyong sangkap sa mga basang sangkap, paghahalo hanggang sa pagsamahin lamang.
h) Tiklupin ang mga babad na seresa (kabilang ang anumang natitirang braty) at tinadtad na mga almendras.
i) Ibuhos ang batter sa inihatang bundt pan at pakinisin ang ibabaw gamit ang spatula.
j) Maghurno ng 45-50 mikulay ng nuweso, o hanggang sa malinis na lumabas ang isang toothpick na ipinasok sa gitna.
k) Hayaang lumamig ang keik sa kawali sa loob ng 10 mikulay ng nuweso bago ito ilipat sa wire rack upang ganap na lumamig.
l) Para gawin ang Makinang, haluin ang powdered sugar at braty hanggang makinis. Ibuhos ang Makinang sa pinalamig na keik.
m) Hayaang matuyo ang Makinang bago hiwain at ihain.

93.Prosecco Raspbaya Bundt Keik

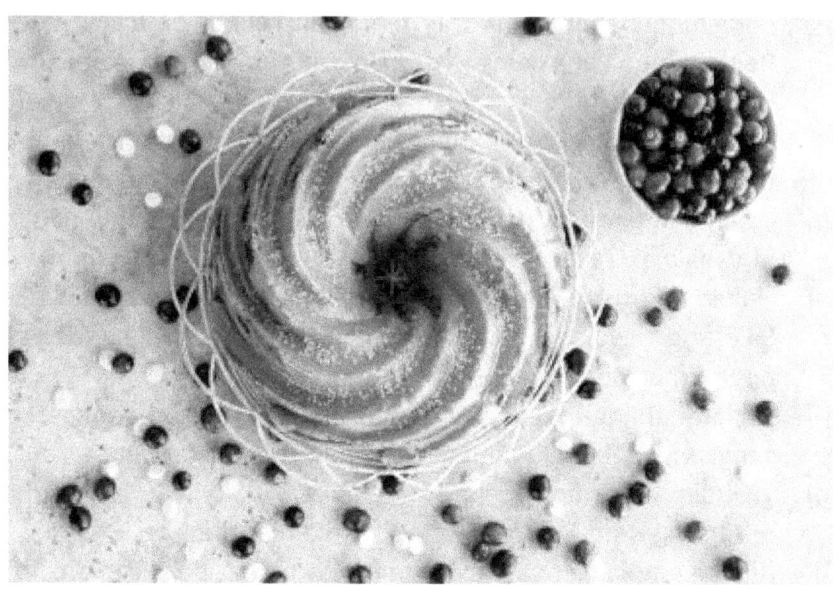

MGA INGREDIENTS:
- 2 tasang all-purpose na harina
- 1 tasa ng butil na asukal
- 1/2 tasa unsalted butter, pinalambot
- 1/2 tasa ng Prosecco
- 1/2 tasa ng gatas
- 1 tasang sariwang raspbaya
- 2 itlog
- 1 kutsarita vanilla extract
- 1 kutsarita ng baking powder
- 1/2 kutsarita ng baking soda
- 1/4 kutsarita ng asin

PARA SA MAKINANG:
- 1 tasang may pulbos na asukal
- 2 kutsarang Prosecco

MGA TAGUBILIN:

a) Painitin muna ang iyong oven sa 350°F (175°C). Grasa at harina ang isang bundt pan.
b) Sa isang malaking mangkok ng paghahalo, pagsamahin ang mantikilya at granulated asukal hanggang sa magaan at malambot.
c) Talunin ang mga itlog, isa-isa, pagkatapos ay ihalo ang vanilla extract.
d) Haluin ang Prosecco at gatas hanggang sa maayos na pinagsama.
e) Sa isang hiwalay na mangkok, pagsamahin ang harina, baking powder, baking soda, at asin.
f) Dahan-dahang idagdag ang mga tuyong sangkap sa mga basang sangkap, paghahalo hanggang sa pagsamahin lamang.
g) Dahan-dahang tiklupin ang mga sariwang raspbaya.
h) Ibuhos ang batter sa inihatang bundt pan at pakinisin ang ibabaw gamit ang spatula.
i) Maghurno ng 45-50 mikulay ng nuweso, o hanggang sa malinis na lumabas ang isang toothpick na ipinasok sa gitna.
j) Hayaang lumamig ang keik sa kawali sa loob ng 10 mikulay ng nuweso bago ito ilipat sa wire rack upang ganap na lumamig.
k) Para gawin ang Makinang, haluin ang powdered sugar at Prosecco hanggang makinis. Ibuhos ang Makinang sa pinalamig na keik.
l) Hayaang matuyo ang Makinang bago hiwain at ihain.

94.Tequila Lime Bundt Keik

MGA INGREDIENTS:
- 2 tasang all-purpose na harina
- 1 tasa ng butil na asukal
- 1/2 tasa unsalted butter, pinalambot
- 1/2 tasa ng kulay-gatas
- 1/4 tasa ng tequila
- Zest at juice ng 2 limes
- 2 itlog
- 1 kutsarita vanilla extract
- 1 kutsarita ng baking powder
- 1/2 kutsarita ng baking soda
- 1/4 kutsarita ng asin

PARA SA MAKINANG:
- 1 tasang may pulbos na asukal
- 2 kutsarang tequila
- Sarap ng 1 kalamansi

MGA TAGUBILIN:
a) Painitin muna ang iyong oven sa 350°F (175°C). Grasa at harina ang isang bundt pan.
b) Sa isang malaking mangkok ng paghahalo, pagsamahin ang mantikilya at granulated asukal hanggang sa magaan at malambot.
c) Talunin ang mga itlog, isa-isa, pagkatapos ay ihalo ang vanilla extract.
d) Haluin ang sour cream, tequila, lime zest, at lime juice hanggang sa maayos na pinagsama.
e) Sa isang hiwalay na mangkok, pagsamahin ang harina, baking powder, baking soda, at asin.
f) Dahan-dahang idagdag ang mga tuyong sangkap sa mga basang sangkap, paghahalo hanggang sa pagsamahin lamang.
g) Ibuhos ang batter sa inihatang bundt pan at pakinisin ang ibabaw gamit ang spatula.
h) Maghurno ng 45-50 mikulay ng nuweso, o hanggang sa malinis na lumabas ang isang toothpick na ipinasok sa gitna.
i) Hayaang lumamig ang keik sa kawali sa loob ng 10 mikulay ng nuweso bago ito ilipat sa wire rack upang ganap na lumamig.
j) Para gawin ang Makinang, haluin ang powdered sugar at tequila hanggang makinis. Ibuhos ang Makinang sa pinalamig na keik at budburan ng lime zest.
k) Hayaang matuyo ang Makinang bago hiwain at ihain.

MAKULAY AT MACREATIVE

95.Sarsa Pag-inog Bundt Keik

MGA INGREDIENTS:
- 2 1/2 tasa ng all-purpose na harina
- 1 1/2 tasa ng granulated sugar
- 1 tasang unsalted butter, pinalambot
- 4 na itlog
- 1 tasang gatas
- 1 kutsarang vanilla extract
- 1 kutsarang baking powder
- 1/2 kutsarita ng asin
- Pangkulay ng pagkain na gel (iba't ibang kulay)

MGA TAGUBILIN:

a) Painitin muna ang iyong oven sa 350°F (175°C). Grasa at harina ang isang bundt pan.
b) Sa isang malaking mangkok ng paghahalo, pagsamahin ang mantikilya at asukal hanggang sa magaan at malambot.
c) Talunin ang mga itlog, isa-isa, pagkatapos ay ihalo ang vanilla extract.
d) Sa isang hiwalay na mangkok, pagsamahin ang harina, baking powder, at asin.
e) Dahan-dahang idagdag ang mga tuyong sangkap sa mga basang sangkap, papalitan ng gatas, at haluin hanggang makinis.
f) Hatiin ang batter nang pantay-pantay sa magkahiwalay na mga mangkok, depende sa kung gaano karaming mga kulay ang gusto mong gamitin.
g) Magdagdag ng ilang patak ng gel food coloring sa bawat mangkok at ihalo hanggang sa makuha ang ninanais na kulay.
h) Ilagay ang mga may kulay na batters sa inihatang bundt pan, ipatong ang mga ito sa ibabaw ng bawat isa.
i) Gumamit ng kutsilyo o skewer upang dahan-dahang iikot ang mga kulay nang magkasama, na lumilikha ng isang marmol na epekto.
j) Maghurno ng 45-50 mikulay ng nuweso, o hanggang sa malinis na lumabas ang isang toothpick na ipinasok sa gitna.
k) Hayaang lumamig ang keik sa kawali sa loob ng 10 mikulay ng nuweso bago ito ilipat sa wire rack upang ganap na lumamig.
l) Kapag lumamig, hiwain at ihain upang ipakita ang mga makukulay na pag-ikot sa loob.

96.Tie-Dye Bundt Keik

MGA INGREDIENTS:
- 2 1/2 tasa ng all-purpose na harina
- 1 1/2 tasa ng granulated sugar
- 1 tasang unsalted butter, pinalambot
- 4 na itlog
- 1 tasang gatas
- 1 kutsarang vanilla extract
- 1 kutsarang baking powder
- 1/2 kutsarita ng asin
- Pangkulay ng pagkain na gel (iba't ibang kulay)

MGA TAGUBILIN:

a) Painitin muna ang iyong oven sa 350°F (175°C). Grasa at harina ang isang bundt pan.
b) Sa isang malaking mangkok ng paghahalo, pagsamahin ang mantikilya at asukal hanggang sa magaan at malambot.
c) Talunin ang mga itlog, isa-isa, pagkatapos ay ihalo ang vanilla extract.
d) Sa isang hiwalay na mangkok, pagsamahin ang harina, baking powder, at asin.
e) Dahan-dahang idagdag ang mga tuyong sangkap sa mga basang sangkap, papalitan ng gatas, at haluin hanggang makinis.
f) Hatiin ang batter nang pantay-pantay sa magkahiwalay na mga mangkok, depende sa kung gaano karaming mga kulay ang gusto mong gamitin.
g) Magdagdag ng ilang patak ng gel food coloring sa bawat mangkok at ihalo hanggang sa makuha ang ninanais na kulay.
h) Satok ng maliliit na dollops ng bawat kulay na batter nang ratom sa inihatang bundt pan, ipapatong ang mga ito sa ibabaw ng bawat isa.
i) Gumamit ng kutsilyo o skewer upang dahan-dahang iikot ang mga kulay nang magkasama, na lumilikha ng epekto ng tie-dye.
j) Maghurno ng 45-50 mikulay ng nuweso, o hanggang sa malinis na lumabas ang isang toothpick na ipinasok sa gitna.
k) Hayaang lumamig ang keik sa kawali sa loob ng 10 mikulay ng nuweso bago ito ilipat sa wire rack upang ganap na lumamig.
l) Kapag lumamig, hiwain at ihain upang ipakita ang makulay na tie-dye pattern sa loob.

97.Neapolitan Bundt Keik

MGA INGREDIENTS:
- 2 1/2 tasa ng all-purpose na harina
- 1 1/2 tasa ng granulated sugar
- 1 tasang unsalted butter, pinalambot
- 4 na itlog
- 1 tasang gatas
- 1 kutsarang vanilla extract
- 1 kutsarang baking powder
- 1/2 kutsarita ng asin
- 1/4 tasa ng unsweetened cocoa powder
- Pangkulay ng kulay rosas na gel ng pagkain

MGA TAGUBILIN:

a) Painitin muna ang iyong oven sa 350°F (175°C). Grasa at harina ang isang bundt pan.
b) Sa isang malaking mangkok ng paghahalo, pagsamahin ang mantikilya at asukal hanggang sa magaan at malambot.
c) Talunin ang mga itlog, isa-isa, pagkatapos ay ihalo ang vanilla extract.
d) Sa isang hiwalay na mangkok, pagsamahin ang harina, baking powder, at asin.
e) Dahan-dahang idagdag ang mga tuyong sangkap sa mga basang sangkap, papalitan ng gatas, at haluin hanggang makinis.
f) Hatiin ang batter nang pantay-pantay sa dalawang mangkok.
g) Sa isang mangkok, tiklupin ang unsweetened cocoa powder hanggang sa maayos na pagsamahin upang lumikha ng tsokolate batter.
h) Sa kabilang mangkok, magdagdag ng ilang patak ng kulay rosas na gel na pangkulay ng pagkain at ihalo hanggang sa makuha ang ninanais na kulay upang malikha ang kulay rosas na batter.
i) Ilagay ang mga papalit-palit na layer ng tsokolate at kulay rosas batter sa inihatang bundt pan, simula at magtatapos sa tsokolate batter.
j) Maghurno ng 45-50 mikulay ng nuweso, o hanggang sa malinis na lumabas ang isang toothpick na ipinasok sa gitna.
k) Hayaang lumamig ang keik sa kawali sa loob ng 10 mikulay ng nuweso bago ito ilipat sa wire rack upang ganap na lumamig.
l) Kapag lumamig, hiwain at ihain upang ipakita ang mga layer ng Neapolitan sa loob.

98. Orange Creamsicle Bundt Keik

MGA INGREDIENTS:
- 2 1/2 tasa ng all-purpose na harina
- 1 1/2 tasa ng granulated sugar
- 1 tasang unsalted butter, pinalambot
- 4 na itlog
- 1 tasang gatas
- 1 kutsarang vanilla extract
- 1 kutsarang baking powder
- 1/2 kutsarita ng asin
- Sarap ng 2 dalatan
- 1/4 tasa sariwang orange juice
- Orange gel na pangkulay ng pagkain (opsyonal)

MGA TAGUBILIN:
a) Painitin muna ang iyong oven sa 350°F (175°C). Grasa at harina ang isang bundt pan.
b) Sa isang malaking mangkok ng paghahalo, pagsamahin ang mantikilya at asukal hanggang sa magaan at malambot.
c) Talunin ang mga itlog, isa-isa, pagkatapos ay ihalo ang vanilla extract, orange zest, at orange juice.
d) Sa isang hiwalay na mangkok, pagsamahin ang harina, baking powder, at asin.
e) Dahan-dahang idagdag ang mga tuyong sangkap sa mga basang sangkap, papalitan ng gatas, at haluin hanggang makinis.
f) Kung ninanais, magdagdag ng ilang patak ng orange gel food coloring sa batter at ihalo hanggang sa maging pantay ang kulay.
g) Ibuhos ang batter sa inihatang bundt pan at pakinisin ang ibabaw gamit ang spatula.
h) Maghurno ng 45-50 mikulay ng nuweso, o hanggang sa malinis na lumabas ang isang toothpick na ipinasok sa gitna.
i) Hayaang lumamig ang keik sa kawali sa loob ng 10 mikulay ng nuweso bago ito ilipat sa wire rack upang ganap na lumamig.
j) Kapag lumamig na, budburan ng orange Makinang o budburan ng orange zest para sa dagdag na pagsabog ng lasa.

99. Confetti Funfetti Bundt Keik

MGA INGREDIENTS:
- 2 1/2 tasa ng all-purpose na harina
- 1 1/2 tasa ng granulated sugar
- 1 tasang unsalted butter, pinalambot
- 4 na itlog
- 1 tasang gatas
- 1 kutsarang vanilla extract
- 1 kutsarang baking powder
- 1/2 kutsarita ng asin
- 1/2 cup sarsa sprinkles

MGA TAGUBILIN:

a) Painitin muna ang iyong oven sa 350°F (175°C). Grasa at harina ang isang bundt pan.

b) Sa isang malaking mangkok ng paghahalo, pagsamahin ang mantikilya at asukal hanggang sa magaan at malambot.

c) Talunin ang mga itlog, isa-isa, pagkatapos ay ihalo ang vanilla extract.

d) Sa isang hiwalay na mangkok, pagsamahin ang harina, baking powder, at asin.

e) Dahan-dahang idagdag ang mga tuyong sangkap sa mga basang sangkap, papalitan ng gatas, at haluin hanggang makinis.

f) Dahan-dahang tiklupin ang mga sprinkle ng bahaghari.

g) Ibuhos ang batter sa inihatang bundt pan at pakinisin ang ibabaw gamit ang spatula.

h) Maghurno ng 45-50 mikulay ng nuweso, o hanggang sa malinis na lumabas ang isang toothpick na ipinasok sa gitna.

i) Hayaang lumamig ang keik sa kawali sa loob ng 10 mikulay ng nuweso bago ito ilipat sa wire rack upang ganap na lumamig.

j) Kapag lumamig na, budburan ng vanilla Makinang at budburan ng karagdagang sarsa sprinkles para sa isang maligayang ugnayan.

100.Caty Explosion Bundt Keik

MGA INGREDIENTS:
PARA SA KEIK:
- 2 tasang all-purpose na harina
- 1 tasa ng butil na asukal
- 1 tasang unsalted butter, pinalambot
- 4 na itlog
- 1 tasa ng kulay-gatas
- 1 kutsarita vanilla extract
- 1 kutsarita ng baking powder
- 1/2 kutsarita ng baking soda
- 1/4 kutsarita ng asin
- 1 tasa ng sari-saring piraso ng kendi (tulad ng M&M's, Reese's Pieces, tinadtad na Snickers, atbp.)

PARA SA MAKINANG:
- 1 tasang may pulbos na asukal
- 2-3 kutsarang gatas
- 1/2 kutsarita vanilla extract
- Sari-saring piraso ng kendi para sa dekorasyon

MGA TAGUBILIN:
a) Painitin muna ang iyong oven sa 350°F (175°C). Grasa at harina ang isang bundt pan.
b) Sa isang malaking mangkok ng paghahalo, pagsamahin ang mantikilya at granulated asukal hanggang sa magaan at malambot.
c) Talunin ang mga itlog, isa-isa, pagkatapos ay ihalo ang vanilla extract.
d) Haluin ang kulay-gatas hanggang sa maayos na pinagsama.
e) Sa isang hiwalay na mangkok, pagsamahin ang harina, baking powder, baking soda, at asin.
f) Dahan-dahang idagdag ang mga tuyong sangkap sa mga basang sangkap, paghahalo hanggang sa pagsamahin lamang.
g) Dahan-dahang tiklupin ang mga sari-saring piraso ng kendi.
h) Ibuhos ang batter sa inihatang bundt pan at pakinisin ang ibabaw gamit ang spatula.
i) Maghurno ng 45-50 mikulay ng nuweso, o hanggang sa malinis na lumabas ang isang toothpick na ipinasok sa gitna.
j) Hayaang lumamig ang keik sa kawali sa loob ng 10 mikulay ng nuweso bago ito ilipat sa wire rack upang ganap na lumamig.
k) Kapag lumamig na ang keik, ihata ang Makinang sa pamamagitan ng paghahalo ng powdered sugar, gatas, at vanilla extract hanggang makinis.
l) Ibuhos ang Makinang sa pinalamig na keik at palamutihan ng karagdagang mga piraso ng kendi.
m) Hayaang matuyo ang Makinang bago hiwain at ihain.

KONGKLUSYON

Sa pagtatapos namin ng " Ang Bundt Koleksyon Resipe Aklatpara," umaasa kaming nasiyahan ka sa pagtuklas sa magkakaibang hanay ng mga resipe ng bundt keik at pagtuklas ng mga bagong paborito na idaragdag sa iyong baking repertoire. Naaakit ka man sa pagiging simple ng isang klasikong vanilla bundt keik o natutukso sa pagkabulok ng isang tsokolate ganache-drenched creation, walang kakulangan ng inspirasyon na makikita sa mga page na ito.

Hinihikayat ka naming ipamalas ang iyong pagkamalikhain at mag-eksperimento sa iba't ibang lasa, toppings, at dekorasyon upang gawing sa iyo ang mga resipe na ito. Pagkatapos ng lahat, ang baking ay tungkol sa pagpapahayag ng sarili bilang tungkol sa pagsunod sa mga tagubilin. Kaya huwag matakot na ilagay ang iyong sariling twist sa mga resipe na ito at hayaan ang iyong imahinasyon na tumakbo nang ligaw.

Habang ipinagpapatuloy mo ang iyong paglalakbay sa pagluluto sa hurno, umaasa kaming masusumpungan mo ang labis na kagalakan sa proseso gaya ng nagagawa mo sa huling resulta. Magbe-bake ka man para sa isang espesyal na okasyon o para lang matugunan ang isang pananabik, mayroong kakaibang bagay tungkol sa alchemy ng harina, asukal, at mantikilya na nagsasama-sama upang lumikha ng masarap na bundt keik.

Salamat sa pagsama sa amin sa masarap na pakikipagsapalaran na ito. Nawa'y mapuno ang iyong kusina ng bango ng mga bagong lutong bundt keik, at nawa'y ang bawat hiwa ay magdala ng ngiti sa iyong mukha at init sa iyong puso. Happy baking!

www.ingramcontent.com/pod-product-compliance
Lightning Source LLC
Chambersburg PA
CBHW071304110526
44591CB00010B/773